శ్రీ వీరబ్రహ్మేంద్ర మిషన్ - 6.

శ్రీ విరాట్ పోతులూరి

వీరబ్రహ్మేంద్ర స్వాములవారి శిష్యుడైన

శ్రీ కక్కయ్య జీవితచరిత్ర

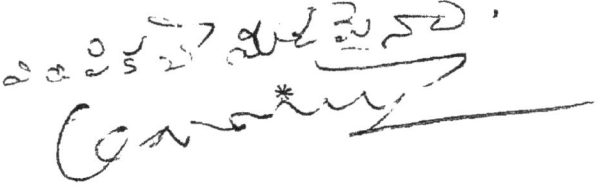

గ్రంథకర్త

శార్తాంతికాభిజ్ఞ, ఆగమప్రవర్తక, కవి, పండిత

శ్రీ ప్రతాప కృష్ణమూర్తిశాస్త్రిసిద్ధాంతిగారు

*

ప్రచురణ

శ్రీ వీరబ్రహ్మేంద్ర మిషన్,

ఆనందాశ్రమం (పోస్టు),

(వయా) మైదుకూరు, కడప జిల్లా.

సర్వహక్కులు
శ్రీ వీరబ్రహ్మేంద్ర మిషన్ వి.

ప్రథమ ముద్రణ
రుధిరోద్గారి,
సంక్రాంతి,
జనవరి 1984.

ప్రతులు 2000.

వెల రు. 4-00

ముద్రణ
ఎ. వీరబ్రహ్మము,
సర్వోదయ ప్రింటర్స్,
గాంధినగర్, తెనాలి - 1.

మిషన్ వారి మాట

శ్రీ విరాట్ పోతులూరి వీరబ్రహ్మేంద్ర స్వాములవారికి శ్రీ కక్కయ్యగారు శిష్యుడైన విషయం అందరికి తెలిసియే యున్నది. శ్రీ సిద్ధయ్యగారుకూడా శిష్యులుగా ఉండిరి. శ్రీ వీరబ్రహ్మేంద్రస్వాముల వారి జీవితచరిత్ర, శ్రీ ఈశ్వరమ్మగారి జీవితచరిత్ర, శ్రీ సిద్ధయ్యగారి జీవితచరిత్రలు ప్రచురణ అయివున్నవి. కాని శ్రీ కక్కయ్యగారి జీవిత చరిత్ర ఇంతవరకు వెలువడలేదు.

కడప జిల్లాలో బద్వేలు తాలూకాయందు శ్రీ బ్రహ్మముగారి మఠము గలదు. ఈ మఠమునకు సమీపములో శ్రీ కక్కయ్య స్వాముల వారి మఠం ఉన్నది.

శ్రీ వీరబ్రహ్మేంద్ర మిషన్ ప్రారంభమైన పిమ్మట ఇంతవరకు శ్రీ బ్రహ్మముగారి కాలజ్ఞానమునకు సంబంధించిన నాలుగు పుస్తకములు ప్రచురించబడినవి.

నేను ఈసంవత్సరం దసరా పదిరోజులు మదురలో (తమిళనాడు) వుండి నవరాత్రుల పూజా కార్యక్రమములు నిర్వహించుట జరిగినది.

మహర్నవమి రోజు మధురలో డాక్టరు చల్లా రాధాకృష్ణశర్మగారిని యం. ఎ; యం. లిట్; పి. హెచ్. డి; (ప్రొఫెసరు, మధుర కామరాజ యూనివర్సిటీలో తెలుగుశాఖ అధిపతి) దర్శించుట జరిగినది. ఆ సమయములో వారు తెలుగులో ప్రచురించిన "తమిళవేదము" (తిరుకుఱళ్) అను గ్రంథమును నాకొసగిరి. ఈ గ్రంథము తమిళనాడులో గొప్పగా

ప్రసిద్ధిగాంచిన మహనీయుడైన శ్రీ తిరువళ్ళువర్‌గారి జీవితచరిత్రను తెలుపునట్టిది.

ఈ మహనీయుడు హరిజనులకు చెందినవాడని ప్రతీతి.

నేను ఈ పుస్తకము చదివిన వెంటనే శ్రీ కక్కయ్యగారి జీవిత చరిత్ర ప్రచురించవలయునని నాలో ప్రేరణ కలిగినది.

శ్రీ కక్కయ్యకు సంబంధించిన విషయసేకరణ చేయవలయునని శ్రీ కక్కయ్యస్వాములవారి మఠం ట్రస్టుబోర్డు చైర్మన్ శ్రీ బి. చెన్నప్ప గారికి మధురనుండియే ఉత్తరము వ్రాసితిని. 20—10—1983 వ తేదీన శ్రీ చెన్నప్పగారు కొన్ని విషయములు తెలియజేసిరి.

శ్రీ చెన్నప్పగారు శ్రీ కక్కయ్య ట్రస్టుబోర్డు చైర్మెన్‌గా వుండి జరుపుచున్న కార్యక్రమముల తెలియజేసిరి.

శ్రీ కక్కయ్యగారి జీవితచరిత్ర త్వరలో ప్రచురించుటకు శ్రీ చెన్నప్పగారి ప్రోత్సాహము లభించినది.

ఈ పుస్తకము అందరికి అందజేయవలయుననెడి ఉత్సాహము మాలో కలిగినది

ఈ గ్రంథరచన గొప్ప పండితులచే చేయించతలచితిమి. ఇంత వరకు శ్రీ బ్రహ్మముగారి "కాలజ్ఞాన చంద్రిక ; కాలజ్ఞాన అద్భుత మహిమలు; శ్రీ వీరబ్రహ్మేంద్ర రక్షాస్తోత్రము" రచించిన కార్తాంతికాభిజ్ఞ, ఆగమప్రవర్తక, కవి, పండిత శ్రీ ప్రతాప కృష్ణమూర్తిశాస్త్రి సిద్ధాంతిగారిచే (తెనాలి) శ్రీ కక్కయ్య జీవితచరిత్ర రచన పూర్తి చేయించితిమి.

చదువరులకు ఈ గ్రంథము భక్తితోకూడి, ఆకర్షణీయముగా వుండును. భక్తులకు నిత్యపారాయణకుకూడ ఉపయోగపడగలదు.

ఈ గ్రంథరచన త్వరలో పూర్తిచేయించి యిచ్చినందులకు శ్రీ ప్రతాప కృష్ణమూర్తిశాస్త్రి సిద్ధాంతిగారికి కృతజ్ఞతాభివందనము లర్పించుచున్నాము.

ఈ గ్రంథమునకు అభిప్రాయముల నొసంగిన ఈ క్రిందివారికి అభినందనములు తెలుపుచున్నాము.

దర్శనాచార్య, కళాప్రపూర్ణ
డాక్టరు కొండూరు వీరరాఘవాచార్యులుగారు.

శ్రీ బి. రామారెడ్డి, ఎక్సు ఎమ్. ఎల్. ఎ; బద్వేలు

శ్రీ. బి. చెన్నప్పగారు,
చైర్మెన్, శ్రీ కక్కయ్య ట్రస్టుబోర్డు, బద్వేలు.

శ్రీ ఉసూరిపాటి కొండయ్యసాధుగారు, మద్రాసు.

ఈ గ్రంథములో అనుబంధముగా శ్రీ బి. చెన్నప్పగారు శ్రీ కక్కయ్య స్వాములవారి మఠం ట్రస్టుబోర్డు చైర్మెన్‌గా వుండి నిర్వహించిన కార్యక్రమములు ప్రచురించబడినవి.

వి. వీరబ్రహ్మము,
సంచాలక్,
శ్రీ వీరబ్రహ్మేంద్రమిషన్,
ఆనందాశ్రమం.

రుధిరోద్గారి
సంక్రాంతి
15-1-84

—:0:—

"మన గురుదేవుడు" (శ్రీ వీరబ్రహ్మేంద్రస్వామివారి జీవితచరిత్ర)

గ్రంథకర్త

దర్శనాచార్య, కళాప్రపూర్ణ

డాక్టరు కొండూరు వీరరాఘవాచార్యులవారి

అభిప్రాయము

శ్రీ విరాట్ పోతులూరి వీరబ్రహ్మేంద్ర స్వాములవారి శిష్య కుటుంబములో మతంగ (మాదిగ) వంశమున బుట్టిన కక్కయ్యకూడ సుప్రసిద్ధుడే. బ్రహ్మముగారి నాటకములో సిద్ధయ్యకున్న ప్రాధాన్యము కక్కయ్య కీయబడలేదు. ఇందుకు కారణము కక్కయ్యకు వలసినంత చరిత్ర లేకపోవుటకాదు. ఆనాటి పాలకులు మహమ్మదీయులైనందునను, అట్టి పాలకజాతికి చెందినవాడు సిద్ధుడయినందునను సిద్ధునిద్వారా పాలక జాతికూడ కదలివచ్చి బ్రహ్మగురుని బోధసారమును జుఱ్ఱుకొని సమ సమాజ నిర్మాణమునకు చేయూతనిచ్చినందునను బ్రహ్మగురుని చరిత్రలో సిద్ధునిపాత్రకే అధిక ప్రాధాన్యము వచ్చినది.

నిజ మాలోచించిన అన్నాజయ్య, గరిమరెడ్డి అచ్చమ్మ, కరణము గోవిందయ్య, కక్కయ్యల చరిత్రలుకూడ సముచిత ప్రాధాన్యము నంద వలసినవే. శూద్రులకు మంత్రాధికారము లేదను మూఢవిశ్వాసమును మట్టుపెట్టి వెంకటరెడ్డి అచ్చమ్మ దంపతులకు మహ మంత్రోపదేశము చేసి బ్రహ్మేంద్రుడు హిందూ సమాజమున నొక విప్లవాత్మక సంస్కరణమునే తెచ్చినాడు. హిందూ మహమ్మదీయ సమైక్యకృషి ఇంకొక విప్లవాత్మక

సంస్కరణము. వీటన్నింటికన్న మించినది కక్కనికి బ్రహ్మోపదేశము చేసి అతనిమూలమున పంచమసంఘము నుద్ధరింపబూనుట. ఆనాడు ఒక కక్కని కథయే కాదు. దానికి సంబంధించి ఎన్నోకథలు జరిగియుండును. చరిత్రకారులు వాటిని గ్రంథస్థము చేయలేదు. ఆదృష్టితో చూచినచో బ్రహ్మదేశికుని విశ్వమానవ సముద్ధరణ మహోద్యమ మొకఉప్పెన వంటిదై ఆనాటి దురాచారముల నెల్ల నేలమట్టముచేసి నూతన సంస్కార వృక్షములకు బీజావాపన చేసిన దనవలసి యున్నది. ఇంతటి ప్రాధాన్యము గలిగిన ఆనాటి పంచమసంఘ సంస్కరణోద్యమమును గూర్చిగాని, అందు పాత్రధారులైన కక్కయ్యగారివంటి మహనీయుల చరిత్రలను గూర్చిగాని రావలసినంత సారస్వతము రాలేదనియే చెప్పవలసి యున్నది.

ఇట్టి లోపముల నెఱింగియే మైదుకూరిలోని ఆనందాశ్రమ స్థాపకులైన ఋషికల్పులు శ్రీ వి. వీరబ్రహ్మముగారు "వీరబ్రహ్మేంద్ర మిషన్" అను సంస్థను నెలకొల్పి "శ్రీ రామకృష్ణ మిషన్" వారు పరమహంస సాహిత్యమునువలె వీరబ్రహ్మేంద్రుల మహిమలను, బోధలను, చరిత్ర విశేషములను ఉపదేశములను ప్రపంచమునకు అందించుటకు దీక్ష పూనినారు. ఇప్పటి కెన్నియో గ్రంథములను వెలువరించినారు. ఇప్పుడీ కక్కయ్య చరిత్రమును మన కందించుచున్నారు. ఇంకను ఇట్టి విశేషముల నెన్నింటినో వీరు లోకమున కందింతురని అస్మదాదులము ఆశించుచున్నాము. ఇందుకు లోకముయొక్కయు, బ్రహ్మగురు తత్వ జ్ఞానులయు సహాయసహకారము లెంతగానో అవసరము లయియున్నవి. అట్టివి అందుననియే సత్పురుషుల ఆశంస

ఈ కక్కయ్యచరిత్రము అనేకాతీత విషయములతో కూడినట్టిది. అందును షట్చక్ర రహస్యమనునది సామాన్య విషయము కాదు. ఇది కుండలినీయోగమునకును, శ్రీ విద్యాతంత్రమునకును సంబంధించినట్టిది.

బ్రహ్మగురు డీరహస్యము నుపదేశించుటకు కక్కయ్యనే ఏల ఎన్నుకొని నారనునది గమనింపదగిన విశేషము. అగ్రకులమువారి సొత్తనుకొనెడి రహస్యవిద్యను అందరకు అందుబాటులోనికి తెచ్చుటకే వీరగురుడీ కక్కయ్యను ఎన్నుకొనినాడన్నమాట.

ఇట్టి మహారహస్యములతోగూడిన చారిత్రక ఆధ్యాత్మికవిద్యా విశేషాదులను, మరుగుపడిన తాత్విక మర్మములను ఈ మిషన్‌వారు పరిశోధనలుచేసి, లోకమునకు అందించి కృతార్థులగుదురని మా విశ్వాసము.

తెనాలి
11-2-84 } (సం.)కొండూరు వీరరాఘవాచార్యులు

—०—

శ్రీ బి. రామారెడ్డి, మాజీ యం. యల్. ఎ;
శ్రీ నారాయణస్వామి మఠం సంస్థాపకులు,
సుమిత్రానగర్, బద్వేలు.

సృష్టిలో మానవులు జయించనిది అంటూ ఏమియూలేదు. మానవుని సృష్టిలోని మాదిగ కక్కయ్యగారుకూడా అవతార పురుషుడేనన్న విషయాలు ఈ గ్రంథంద్వారా అవగతమే కాంచుచున్నది. బ్రహ్మంగారి జీవితచరిత్ర, ఈశ్వరమ్మగారి జీవితచరిత్ర, సిద్ధయ్యగారి జీవితచరిత్ర, ప్రచురించబడినవి. ప్రచారములోనున్నవి. గాని కక్కయ్య జీవితచరిత్ర రచనకు పూనుకొన్నవారు ఎవ్వరు లేరైరి. యీనాటికి యీచరిత్ర వివరాలు సేకరించిన ముఖ్యశిష్యులలో ఒకరైన బి. చెన్నప్పగారు ధన్యులు. ఈ గ్రంథం రచియించిన తెనాలి వాస్తవ్యులు శ్రీ ప్రతాప కృష్ణమూర్తిశాస్త్రిగారికి నా ధన్యవాదాలు అర్పిస్తున్నాను. ఈ బుక్కులు ప్రెస్‌లో అచ్చు వేయించుటకు పూనుకొని పనిచేసిన ఆనందాశ్రమం శ్రీ వి. వీరబ్రహ్మముగారికి నా అభినందనలు తెలియచేయుచున్నాను.

(సం.) బి. రామారెడ్డి,

శ్రీ బి. చెన్నప్ప, ఛైర్మెన్ ట్రస్టుబోర్డు,
శ్రీ కక్కయ్యస్వాములవారి మఠం,
సుమిత్రానగర్, బద్వేలు.

ఆనంద సుధాంబుధి అద్వైత నిష్ఠాతత్పరుడు అఖండానంద సచ్చిన్మయమూర్తి త్రికాల జ్ఞానవేత్త జగద్గురు శ్రీ విరాట్ పోతులూరి వీరబ్రహ్మేంద్ర స్వాములవారికి ప్రథమ శిష్యులుగా గణుతికెక్కిన కక్కయ్యగారి జీవితచరిత్రను రచన చేయించాలన్న ఆలోచన నాలో కలిగినది. ఆధ్యాత్మిక విషయాలపై గద్వాల సంస్థానములోని పరిసర ప్రాంతాలు, పరిశీలించిన వివరాలు మా గురువులు పూజనీయులైన ఆనందాశ్రమం సంస్థాపకులు శ్రీ వి. వీరబ్రహ్మముగారికి నివేదించు కున్నాను. నా నివేదనను ఆనందముగా స్వీకరించి యీ గ్రంథాన్ని తెనాలి వాస్తవ్యులు శ్రీ ప్రతాప కృష్ణమూర్తిశాస్త్రి సిద్ధాంతిగారిచే రచియింపజేసి శ్రీ వీరబ్రహ్మేంద్ర మిషన్‌ద్వారా అచ్చుపేయించుటకు సమ్మతించిరి. ఇట్టి మహనీయులకు మేమెంతో ఋణపడియున్నాము. శ్రీ వీరబ్రహ్మము గారి జీవితచరిత్ర, ఈశ్వరమ్మగారి జీవితచరిత్ర, సిద్ధయ్యగారి జీవిత చరిత్ర రచనలు జరిగినవి ప్రజలలో ప్రచారము విరివిగా జరిగినది. కక్కయ్య జీవితచరిత్ర ప్రజలలోకి రావడం ఇది మొదటి పర్యాయము మాత్రమే. మా రెండవసంచికలు యింకా కొన్ని పూర్వ అవసరాలు సేకరిస్తున్నాము. ఈ రచనకు పూర్తి సహకరించిన గ్రంథకర్తకు, ప్రచురణకు తోడ్పడిన శ్రీ వి. వీరబ్రహ్మేంద్ర మిషన్, ఆనందాశ్రమం వారికి మా ట్రస్టుబోర్డు తరపున కృతజ్ఞతాభివందనములు అర్పిస్తున్నాను.

ఓ జగత్

బద్వేలు
15-1-84

(సం.) బి. చెన్నప్ప,

ఉసూరుపాటి కొండయ్య (సాధుజీ),

1వ వీధి, రాంనగర్ నెం. 1, కృష్ణంపేట,

మద్రాసు - 600 005.

శ్రీ విరాట్ పోతులూరి వీరబ్రహ్మేంద్రస్వాములవారు భగవదవతార పురుషుడని పూజింపబడు భక్తులలో నేనుకూడ ఒకరిని. కులమత భేదాలతో సతమతమవుతున్న యుగసంధిలో మాదిగ కక్కయ్య మూఢ భక్తికి మెచ్చి దర్శనమిచ్చిన బ్రహ్మముగారి జీవితచరిత్ర, ఈశ్వరమ్మ గారి జీవితచరిత్ర, సిద్ధయ్యగారి జీవితచరిత్ర యింతకుముందే ప్రచురింపబడి ప్రజానీకానికి అందివ్వబడినవి. కాని కక్కయ్యచరిత్ర మాత్రం ప్రజలముందుకు రాలేదు. శ్రీ కక్కయ్యమఠం నిర్మాణ కార్యక్రమములో నా శక్తివంచన లేకుండా ఎక్కువలో ఎక్కువ మొత్తాలు సేకరించి కక్కయ్య పేర ట్రస్టుబోర్డు చెన్నప్పగారిద్వారా బ్యాంకిలో జమకట్టబడిన వారిలో నేను ముఖ్యునిగా వున్నాను. ప్రస్తుతం శ్రీ కక్కయ్య జీవిత చరిత్రకు కావలసిన వివరములు సేకరించిన ట్రస్టుబోర్డువారికి, ఈ గ్రంథమును రచించిన తెనాలి వాస్తవ్యులు శ్రీ ప్రతాప కృష్ణమూర్తి శాస్త్రి సిద్ధాంతిగారికి, ప్రచురణకు తోడ్పడిన వీరబ్రహ్మేంద్ర మిషన్, ఆనందాశ్రమం వారికి కృతజ్ఞతాభివందనములు అర్పిస్తున్నాను.

(సం.) ఉ. కొండయ్య,

శ్రీ వీరబ్రహ్మేంద్రమిషన్ సాహిత్య కార్యక్రమమునకు తోడ్పడుచున్న ప్రముఖులు.

1. కార్తాంతికాభిజ్ఞ, ఆగమప్రవర్తక, దైవజ్ఞ
శ్రీ ప్రతాప కృష్ణమూర్తిశాస్త్రి సిద్ధాంతిగారు, తెనాలి.
2. దర్శనాచార్య, కళాప్రపూర్ణ
డాక్టరు కొండూరు వీరరాఘవాచార్యులుగారు, తెనాలి.
3. శ్రీ కొలిపాక ఆదినారాయణశర్మగారు, (ప్రకృతిశర్మ)
సూర్యోపాసకులు కార్యదర్శి, ప్రకృతికార్యాలయం ట్రస్టు,
కాటూరువారివీధి విజయవాడ.
4. దైవజ్ఞ శ్రీ సురభి రామయ్యగారు,
వ్యవస్థాపకులు, శ్రీ రామకృష్ణ జ్యోతిషాలయం, నెల్లూరు.
5. శ్రీ కె. యస్. రామానుజాచార్యులు, ఎం. ఏ; గారు,
ప్రిన్సిపాల్, వేదసంస్కృత కళాశాల, నెల్లూరు.
6. శ్రీ యన్. యస్. కృష్ణమూర్తి. యం. ఏ; బి. ఎల్. గారు,
అడ్వకేట్, నెల్లూరు.
7. శ్రీ జానుమద్ది మనుమచ్ఛాస్త్రి, ఎమ్. ఏ; బి. యిడి; గారు
రిటైర్డ్ లెక్చరరు, కడప.
8. శ్రీ వి. సుబ్బారాయుడు, ఎం. ఏ; గారు, లెక్చరరు, కడప.
9. శ్రీ యం. రామసుబ్బరాజుగారు, ఎమ్. ఐ. ఇ;
డిప్యూటీ ఎగ్జిక్యూటివ్ ఇంజనీరు, కడప.
10. శ్రీ సి. మారుతిశ్రేష్ఠిగారు, మద్రాసు.
11. శ్రీ ఎ. వి. బ్రహ్మంగారు,
మేనేజరు, సర్వోదయ ప్రింటర్స్ - తెనాలి.
12. శ్రీ బి. సి. సుబ్బరాయుడుగారు, ప్రొద్దుటూరు.
13. శ్రీ యన్. రామచంద్రారెడ్డి, బి. ఎ; గారు, ఆనందాశ్రమం.

విషయసూచిక

అనుబంధము

ఈ గ్రంథ ప్రోత్సాహకులు

శ్రీ బి. చెన్నప్పగారు

చైర్మెన్, శ్రీ కక్కయ్యమఠం ట్రస్టుబోర్డు, బద్వేలు కడపజిల్లా.

శ్రీ బ్రహ్మముగారి వేదాంతంలో

కులమత తత్వాలు 1.

నేటికి సుమారు నాలుగువందల సంవత్సరముల కాలంలో మన ఆంధ్ర దేశంలో ఆవిర్భవించినాడు శ్రీమద్విరాట్ పోతులూరి వీరబ్రహ్మేంద్రస్వాములవారు. ఆయన ఆదివిశ్వ బ్రాహ్మణ వంశంలో శైవసాంప్రదాయ నిష్ఠాపరుడై జన్మించి నను శ్రీమదద్వైత సిద్ధాంతాన్ని విశిష్య ప్రచారంచేయుచూ బ్రహ్మతత్వాన్ని నిర్దుష్టంగా ఆశ్రయించి, అందుగల సమగ్ర తను గమనించి తత్ప్రాధాన్యతను తానను భవించుచు, వేవేల జనంబులకుకూడ ఉపదేశంబులునిచ్చుచు-తనయావజ్జీవితమును బ్రహ్మకైంకర్య మొనరించి జీవసమాధి నొంది యావదాంధ్ర దేశమునకేగాక భూమండల మందంతటిలో తనపేరు ప్రతిష్ఠలు ఆచంద్రార్కస్థాయిలో నుండునటుల కీర్తిని గడించినాడు.

తాను రచించిన కాలజ్ఞాన గ్రంథంలో తానవతార మూర్తిననుచూ తన సర్వజ్ఞత్వాన్ని విపులంగా ప్రకటించినాడు. ప్రాచీన భారతీయ నాగరికతా కాలములో సంస్కృతము ప్రధానభాష, దేశీయ భాషలలో అగ్రతను పొందినది తెలుగు

భావ యావద్భారతంలో వేదములకు, శాస్త్రములకు, రామాయణ భారతాది గ్రంథములకు బహుజన ప్రాశస్త్యముకలదు. హిందూమత మీ గ్రంథముల సారమనియే చెప్పవచ్చును. పూర్వజన్మ కర్మఫలితములను జీవు డనుభవించుచుండును. సద సత్కర్మల ఫలమూలముగనే పునర్జన్మము చేకూరుననేడిది హిందూమతనమ్మకము. చాతుర్వర్ణముల విభాగము ఆచరణీయమై యుండెడిది. ఆ సమయమున విదేశీ దండయాత్రలు కారణముగను తురుష్కులు అన్యోన్యము రాజ్యకాంక్షులకు లోనై దేశమునగల ఆలయ శిల్పాదికములను చిన్నాభిన్నం చేయడం ప్రారంభించారు. దీనిమూలకంగా హిందూమతస్థులుకూడా కొందరు ఇస్లాంమతాన్ని చేపట్టినారు. కొందరు క్రిష్టియన్ మతంలో ప్రవేశించినారు. ఈ పరిస్థితులలో జైన బౌద్ధమతాలు ఆవిర్భవించి అద్వైతమతాన్ని మూలకు నెట్టవలెనని యత్నించినవిగాని, దీని ప్రాబల్యం సుదృఢంగా వుంది, అన్ని మతాలను ఆదరణతో చూస్తూ యేమతమునందు ద్వేష భావము లేకుండుటయే ఇది అడుగంటకుండుటకు ముఖ్య కారణము. ఇతర మతములలో ఇంతటి సహనశక్తి లేదనుట నిర్వివాదాంశం.

కాలం ఒకే విధముగా ఉండదని కాలజ్ఞానము తెలిసిన వారందరకు తెలుసు సాధారణ ప్రజలు ఒకేరకంగా నడుస్తుందని భావించటం కూడ కద్దు. వ్యావహారికులు ఏ కాలాని

కాగోడుగుబట్టి తమ కార్యార్థాలు సిద్ధింపజేసికొని తృప్తి పడతారు. కాని ప్రాజ్ఞులైన జ్ఞానులు తమను మరచి లోకాన్ని ఉద్ధరించే విషయంలో కంకణం కట్టుకొని నడుంబిగిస్తారు. ఆ కోవకుచెందినవాడే శ్రీవిరాట్ పోతులూరి వీరబ్రహ్మముగారు.

దేశంలో నలుమూలలా దౌష్ట్యం ఎక్కువైంది. ఆచారాలు, వ్యవస్థలు పెచ్చుపెరిగి దుర్మార్గానికి దోహదా లవుతున్నాయి. వైదిక దైవిక సాంప్రదాయాలను అణగ దొక్కుతూ బౌద్ధమతం పెల్లుబికిన ప్రవాహంలాగా బయలు దేరి కట్టలు తెగిన నదీప్రవాహంలాగా లోకాన్ని భ్రష్టం చేస్తున్న ఈ మతంలోకూడ రెండు చీలికలు యేర్పడినవి. హీనయాన, మహాయాన అని. హీనయాన కృత్యములు ప్రజ లకే యేవగింపయినందున కొలదికాలములోనే దాని ప్రభా వము క్షీణించినది. మహాయాన సాంప్రదాయంలో విగ్రహా రాధనకు ప్రాధాన్యత పూర్తిగా యున్నందున శిల్పకళా వైశిష్ట్యం ఆ రోజులలో పుంజుకొన్నట్లు మరెన్నడును వృద్ధి కాలేదు. నాటి రాజశేఖరులందరు మహాయాన మార్గస్థులై ప్రజలను ప్రోత్సహించి ఆలయ పోషణము శిల్పచాతుర్య వైలక్షణంగల కళాప్రపూర్ణులను విశేషంగా ఆదుకొని పోషించి కళాఖండాలను సుస్థిరం చేసినారు.

ప్రతిభా భాషితుడైన శ్రీమద్విరాట్ పోతులూరి వీరబ్రహ్మేంద్రస్వాములవారు జాతీయమైన శిల్పకళా వైశి

ష్ట్యాన్ని దేశదేశాలు తిరిగి ఎచ్చటెచ్చట యే యే వైభవాలున్నవో చూచి ఆనందించటమేకాక, ఆ యా స్థానములలో యుండదగిన కొన్ని పవిత్రమైన విశేషాంశములను తెలియపరచుచూ శిష్యులకు బోధలు జరుపుతూ తాను వాటిరూపురేఖలనూ దిద్ది చూపుచూ దేశప్రచారాన్ని సాగించాడు.

2. కక్కడు

ఇంతవరకు శ్రీవిరాట్ పోతులూరి వీరబ్రహ్మేంద్ర స్వాములవారి చరిత్రలో ముస్లిములకు హిందువులకుగల మత భేదము ఎంచదగినది కాదు. అందరును భగవంతుడొకడే, ఎవరేవిధముగ భగవంతునాశ్రయింతురో వారావిధముగభగవత్సాన్నిధ్యము నొందగలరు. దేవునకు మనుష్యునియందు విభిన్న భావములేదు. మనుష్యుడు దేవతను భిన్న భిన్నాభిప్రాయముల చూచిననూ, కొలిచిననూ, అన్ని దేవతలశక్తి అంతయు ఒకేరూపమైనది కనుక భక్తుడుపొందునట్టిఫలములో విభిన్నత యుండదనెడి విషయమును తెలిసికొనియుంటిమి.

ఈ విధముగ హిందూముస్లిము సమైక్యత శ్రీ విరాట్ పోతులూరి వీరబ్రహ్మేంద్రస్వాములవారి దృష్టిలో యేకీకృతమై బహుజన సామాన్యముగ జానపదములలోకూడా ప్రతిబింబించినది.

3. ఆధ్యాత్మ విచారణ

ఇంతటితో శ్రీవిరాట్ పోతులూరి వీరబ్రహ్మేంద్ర స్వాములవారికి సిద్ధనియందు దృఢమైన శిష్యవాత్సల్యము ప్రబలిన కారణమున ఒకనాడు ఇతనికి పరిపూర్ణ ఆధ్యాత్మ విచారణ బోధను తెలుపనెంచిరి.

4. కక్కడుం - గద్వాల మహాసంస్థానం

క్రీస్తుశకము 1650 సుమారు ప్రాంతమున నైజాము స్టేటునందు గద్వాలయను గొప్పసంస్థాన మొకటి యుండెను. ఆ సంస్థానాధీశుడు సుగుణవంతుడు, విద్వాంసుడు. అతిశయ ధన సంపత్తికలవాడు. రాజకార్య ధురంధరుడు. ప్రజాప్రభుత్వమును ముఖ్యముగ మనంబున పెట్టుకొని ప్రజలందరను తన బిడ్డలవలె పోషణ జేయుచు మంచి కీర్తినార్జించి "గద్వాల మహాసంస్థానం" అన్న పేరు గడించినాడు.

అట్టి మహాసంస్థానంలో పెద్దగంటయ్య అనునతడు నరసమ్మ అనే భార్యతో కాపురము చేయుచు ఆసంస్థానమున గుర్రాలకాపరిగ యుండెను. కొంతకాలము బంట్రోతుగ కూడ పనిచేసియుండెను. ఆ దంపతులకు సుఖముగ కాలము గడుపుచున్నంతలో అనావృష్టి కారణముగ సంస్థానమునందంతటను "డొక్కలకరువు" యేర్పడెను. కరువుతోడనే ప్రజలు

భాధపడుచుండుటకు ప్రభుత్వము విచారపడుచున్న సమయములో సంస్థానము మీదకు పొరుగు రాజులు దండెత్తి వచ్చినందున యుద్ధభయభ్రాంతులైన ప్రజలు భిన్నాభిన్నులై సంస్థానమే భిన్నమైనటులకాగా, ఈ గంటయ్య గద్వాలును వదలి శ్రీవిరాట్ పోతులూరి వీరబ్రహ్మముగారి మఠమునకు సమీపమునగల సోమిరెడ్డిపల్లె మజరానరసనపల్లెలోని మాదిగవాడకు నివాసము వచ్చెను.

ఇతడు జన్మతః మతంగ (మాదిగ) కులమునకు చెందిన వాడైననూ సచ్చారిత్రుడు. తన విషయమేదో తాను చూచుకొనుటయేగాని ఇతరుల విషయాలలో జోక్యంచేసికొని అనవసర ప్రసంగాలకు లోనుగాక నీతిగ జీవనము చేయుట నేర్చుకొనెను. కాలక్రమముగ ఇతని ధర్మపత్నియందు 1)పెద్దమునెయ్య 2) చినమునెయ్య, 3) నాగమునెయ్య 4)కక్కయ్య అనునల్గురు కుమారులు జనించిరి. కాలవశమున పెద్దమునెయ్య కలరావ్యాధితో గతించెను. రెండవవాడు చినమునెయ్య తన అన్న గతించుటకు చింతించుచూ తల్లిదండ్రుల దుఃఖమును చూడలేక క్రమక్రమముగ సంసార సుఖాపేక్షలను విసర్జించి విరాగియై సన్యాసులలో కలసి దేశాటనకు వెడలి కడప ప్రాంతములో తిరుగుచు అచటనే సమాధి స్థితుడాయెను.

5. గంటయ్య ఆవేదన

పెద్దకుమారులిరువురు యీ విధముగ తనకు గాని వారై పోవుటకు చింతించుచు గంటయ్య మూడవకుమారుడైన నాగమునెయ్యకు మంచిసంబంధముజూచి పెండ్లిజేసి మనస్సునకు సంతోషము శాంతిని కలుగుచున్న కొలదికాలము లోగా కుటుంబ పోషణ నిమిత్తము ధనార్జన జేసికొని వత్తుననుచు. నాగమునెయ్య దేశదిమ్మరి తనయుడో ఎంతకాలమునకు ఇంటికి చేరనందున గంటయ్య ఆవేదన భరింపరానిదాయెను.

6. కక్కయ్య వివాహము

పై పరిస్థితులకు గంటయ్య మనసు కుందుచుండిననూ తాను పెద్దవాడై వృద్ధాప్యమువలన చేయునది లేనందున కడ గొట్టుకుమారుడైన కక్కయ్యకు వివాహము చేయనెంచెను. ఎచ్చటెచ్చటనో తిరిగి తెలిసి తెలియనివారితో శ్రమపడ నేరక తనకుటుంబ స్థితిగతులను,నడవడిని ఎరిగి మంచితనమును పూర్తిగ గ్రహించిన తన నివాసమగు నర్సనపల్లెలో పేరు ప్రతిష్ఠలు కలిగి పెద్దింటివారను పేరుగలిగిన హరిజనుడైన సోమిరెడ్డిపల్లె పెద్దవీరప్ప కుమార్తె మంగమ్మను కక్కనికి పెండ్లి జేసి నర్సనపల్లెలోనే స్థిరనివాసము కలవాడాయెను.

7. కక్కయ్య సచ్చారిత్రత

పెద్దవారైన తల్లిదండ్రులకు తనకంటె పెద్ద సంతానముతో కలిగిన దుఃఖమును మనస్సునకు రానీయకుండా తాను వేయికండ్లతో కనిపెట్టి తల్లిదండ్రులకు సంతోషకరములైన పనిపాటలను చేయుచు సకాలమునకు వారికి భోజనసౌకర్యములను కల్పించుచు, తన భార్యయు తానును అనేక విధములుగ సేవలు చేయుచుండెను. ఈ విధముగు సపర్యను జూచినవారలకందరకు ఇతడు "అపరధర్మవ్యాధుడు" అనుకీర్తి నార్జించగలిగెను.

8. ధర్మవ్యాధుడెవరు?

పూర్వకాలమున కౌశికుడను నొక బ్రాహ్మణుడు పెద్దలైన తల్లిదండ్రులను వదలి పెద్ద మహిమను సంపాదించనెంచి తపస్సునకై అడవికి యేగెను. అచట కొంత కాలము మహానిష్ఠతో తపస్సొనరించి సర్వనియమంబులను పాటించుతూ తన తపస్సు ఫలించినదని మనస్సునకు నమ్మకము కలుగువరకు ఉన్నవాడాయెను.

9. కొక్కెర చచ్చుట

ఒకనాడు కౌశికుడు తను తపోనిష్ఠనుండి లేచు సమయములో అచటి వృక్షము చివరిశాఖ యందున్న కొక్కెర

అతడు చూచుచుండగ గిలగిల తన్నుకొనుచు క్రిందపడినది. అపుడాతడు నా తపోదృష్టికే ఈ కొక్కెర చచ్చినదని భావించుచూ మధ్యాహ్నకాలమైనందున భిక్షకై గ్రామములోనికేతెంచెను.

10- కౌశికుడు బ్రాహ్మణిచే పరిహసింపబడుట

పిమ్మట ఒక విప్రగృహప్రాంగణమున కేతెంచి బిగ్గరగా "భవతి ! భిక్షాందేహి!" అని అరచెను. ఆగృహస్థురాలు అపుడే తన భర్త ఎచటకో వెళ్ళి అలసి వచ్చినవాడగుటచే అతని స్నానపానాదులు నిర్వర్తించి. భోజనంబిడి, కాలువత్తుచుండెను. ఆ సమయమున ఈ కౌశికుడు భిక్షయాచించుట నాలకించియు పతికి నిద్రాభంగమగుననుభయముతో క్షణకాలమాగి పిదప భిక్షను తీసుకొని రాగా కౌశికుడు "ఓసీ! మేము మానులమని యెఱుంగవా ? భిక్షకై నీవాకిట ఎంతదనుక నిలువవలయును. నీకింతమాత్రము పరిజ్ఞానమే లేదా?" అని అనుట విని "ఓయీ బ్రాహ్మణా? నేను నీకుభిక్షమిడుటను తెలియని దానను కాను. నా భర్త అలసివచ్చిన కారణమున నిద్రాభంగము కలుగకుండ క్షణకాల మాలస్యమైనంత మాత్రమున నీ క్రోధాగ్నికి గురియగుటకు నేనేమి పిచ్చి కొక్కెరననుకొంటివా!" యనెను.

11. బ్రాహ్మణుఁడు పతివ్రతనుఁ బ్రార్థించుట

ఆ వాక్యములతో కౌశికుడు తనకుగల తపోమహిమ ఎంతపాటిదో తెలిసికొనినవాడై "తల్లీ! నీవింతటి పాతివ్రత్య మహిమ కలదాన వనుకొనలేదు. కనుక నన్ను మన్నించి నాకు మహిమోపేతమగు సన్మార్గ మెట్లు కుదురునో సెలవివ్వుమని కోరెను.

12. బ్రాహ్మణి ఉపదేశము

ఓయీ కౌశికా! నీవు జేసిన తపఃఫలంబెంతటిదో నీ వెరుంగ జాలవు. ఈ సమీపమునగల మిథిలాపట్టణమున "ధర్మవ్యాధు"డను నాతడొకడు కలడు. అతనివద్దకు వెళ్ళి నాకు జన్మసాఫల్యమగు మార్గ ముపదేశింపుమని యడుగుమని చెప్పి ఆమె లోనికి వెడలెను.

13. కౌశికుడు ధర్మవ్యాధుని వద్దకు వెడలుట

పిమ్మట కౌశికుడు అత్యాశ్చర్యముతో మిథిలా పట్టణమునకు జని ధర్మవ్యాధు డుండునది ఎచటయని పాంథు కొకని యడిగెను. అతడితనితో ఆర్యా! మీకాతనితో యేమి పని? అతడీకసాయిబజారులో మొదటనే యుండునని నుడివెను. పాంథునికి జవా బివ్వకుండగనే మెల్లగ అతడుండు చోటుకు వెడలగా ధర్మవ్యాధుడచట మాంసఖండముల నమ్ముచుండెను.

అదిచూచి దిగ్భ్రాంతి చెందిన కౌశికుడు నన్నీకసాయి వాని వద్దకు బంపినదేమి? అని లోలోన ఆశ్చర్యపడుచువిషయమును తెలిసికొనగోరిన వాడగుటచే అటుసమీపమున నిలువబడి యుండెను.

14. ధర్మవ్యాధుడు బ్రాహ్మణుని గౌరవించుట

కౌశికుడు వచ్చిన విధమును తెలిసికొనిన ధర్మవ్యాధుడు వెంటనే తన విక్రయమును చాలించి కాలు జేతులు కడుగుకొని బ్రాహ్మణుని సమీపించి మహానుభావా తామెచటినుంచి వచ్చుచున్నారు ? మీ కిచట యేమిపనియని అడిగెను. వెంటనే బ్రాహ్మణుడు ఓయీ ! యిచట ధర్మవ్యాధుడను నతనిని చూడవచ్చితినని పలుకగనే నమస్కరించి ఆ బాపని తన గృహమునకు తోడ్కొని వెడలెను.

15. బ్రాహ్మణుడు ధర్మవ్యాధుని గృహము జూచి ఆశ్చర్యమును చెందుట

క్రమముగ కొంతదూరమున యున్న తన గృహము లోనికి వెళ్ళుచూ బ్రాహ్మణుని వినయ విధేయతలతో గౌరవించుచూ ముంగిలిదాటి లోనికరిగి బ్రాహ్మణుని యొక ఆసనమున కూర్చొన నియోగించి, లోనయున్న తన తల్లిదండ్రుల నత్యంత గౌరవాన్వితముగ పూజించి వారిని తృప్తిపరచి వారి

అనుజ్ఞ గైకొని బ్రాహ్మణుని విచారింప నతనివద్దకురాగా, అతని పితృభక్తిని జూచిన కౌశికుడు చిన్నవోయినముఖముతో మాటలాడ జాలకుండెను. అది తెలిసిన ధర్మవ్యాధుడు నేను కులహీనుడను. మహాతపశ్శాలివి, బ్రాహ్మహోత్తముడవైన నిన్ను ఆ పతివ్రతా మహాతల్లి మా యింటికి బంపిన కారణ మేమగునో ? యనినుడువగానే బ్రాహ్మణుడత్యంతచకితాంత రంగు డాయెను.

16 బ్రాహ్మణుని ఆశ్చర్యము

ఇదియేమి వింత ? నన్నీతనివద్దకా పతివ్రతామహా తల్లి పంపినటుల యీతని కెటుల తెలిసినది. ఎంత ఆశ్చర్యము యోగవృత్తినుండి పరిపరివిధముల తపోనియముల బాటించు చున్ననూ నాకీ ధర్మసూక్ష్మ మొంతమాత్రమును తెలియ కుండెనే యని విచారించుచుండగా

17. ధర్మవ్యాధుని ఉపదేశము

మహానుభావా ! చింతింపవలదు. మానవుడెన్ని జన్మములాచరించినను, ఎంత కాలము తపస్సు జేసిననూ ప్రత్యక్ష దైవముల బూజింపనిదే పరోక్ష దైవతముల అనుగ్రహము కలుగజాలదు. స్త్రీకి పతియే ప్రత్యక్షదైవము. ఆ కారణమున ఆమె తన భర్తృసేవ బూర్తిగావించుకొని నీకు భిక్షనిడరాగా

నీవు కుపితుడవై తివి. నీ యజ్ఞానమును బాపదలచి నిమ త్తమూ గృహిణి నిన్ను నాకడకు బంపినది. యేజాతి మానవునకైననూ దైవములు మాతాపితరులు. వేదములు మొదలుగాసర్వశాస్త్ర ధర్మములు మాతాపితరులకంటెను మిన్నయైన దేవతలు వేరే లేరని ప్రవచించుచుటమీ రెరుగని ధర్మముకాదు.అట్లయ్యూనునీవు నీ తల్లిదండ్రుల వృద్ధుల వదలి తపోనిష్ఠయను కారణముతో అడవులకు వచ్చితివి. అంతశ్శుద్ధి, బహిశ్శుద్ధి తెలియవలెనన్న ప్రత్యక్ష దైవతములు గురువులునైన తల్లిదండ్రుల మూలమున నని తెలిసికొనవలయును కాన నో భూసురేశ్వరా! నేను కడ వాడనని యెంచక నా మాటలు మనోవీథిని దిట్టబరచి, నీవు గృహమునకేగి నీ తల్లిదండ్రుల సేవానిరతుడవుకమ్ము. నీ కన్నియు మంగళములే కాగలవని బంపెను.

18. కక్కయ్య - ధర్మవ్యాధుని మహిమ

చూచితిరా! ధర్మవ్యాధునిమహిమ. అదేవిధముగ ఇచట నీ కక్కయ్యకూడా ప్రతినిత్యము ధర్మవ్యాధునివలె ప్రత్యక్షదైవములైన మాతాపితృసేవతో పునీతుడైనాడు. అంతశ్శుద్ధి కలిగినది, అంతరాత్మ పరిమళసహిత మహాపుష్ప రాజమువలె సౌగంధము నీనుచున్నది. తన కింకేమి కావల యును. కావలసినది యోగసిద్ధి. ఇది ఎట్లు లభించునాయని ఆలోచనామగ్నుడై యుండెను.

19. సిద్ధయ్య

శ్రీవిరాట్ పోతులూరి వీరబ్రహ్మముగారితో కొందరు శిష్యులు, పనివారు ఉంటూనే యున్నారు. పగటివేళ దైవిక, దైనికకృత్యములను నెరవేరుస్తూ, రాత్రికాలమునముఖ్యమైన బోధనా క్రమమును క్రమము తప్పకుండా ఉపదేశించే పద్ధతిని చేపట్టినారు. తాను అన్నివిద్యలలోను పూర్ణుడేకనుక, ఇతిహాస పురాణాలుకూడా వినేవారికి శ్రోత్రపేయంగా కథలు చెప్పేవారు. ప్రముఖ శిష్యులకు వేదాంత విషయాలు నిగూఢమైన రహస్యాలు ఎవరికి ఏవిధముగ ఉపదేశించవలెనో ఎరిగి వారికి ఎరుకను తెలిపి ఆనందపరచి తాను ఆనందించేవాడు. ముడమాల గ్రామస్థుడగు సిద్దప్ప అనువాడు మహమ్మదీయ మతస్థుడు. అతడు కుటుంబపోషణ నిమిత్తం బ్రహ్మముగారి శిల్పకళాకార్యమైన రాళ్లుచెక్కునట్టిపనిలో ప్రప్రథమంగా శ్రీ బ్రహ్మంగారి వద్ద ప్రవేశించినాడు. నిత్యకృత్యం జీత భత్యాలు సక్రమంగా నడుస్తున్నవి. సుఖజీవనంజరుగుచున్నది.

శ్రీవిరాట్ పోతులూరి వీరబ్రహ్మేంద్రస్వాముల వారికి పనులుచేస్తూ చేయిస్తూకూడా ఇతిహాస పురాణముల కథలను చెపుతూ సంతోషకరమైన మాటలతో పనివారిని ప్రోత్సహించటం అలవాటు. తురుష్కుడైనా శ్రీబ్రహ్మంగారు చేస్తున్న బోధలు ఈ సిద్దప్పకు వింటున్నకొద్ది అమృతప్రాయ

ములై తానుకూడా ఎంతో దైవసాన్నిధ్యాన్ని పొందినంత ఆత్మవిశ్వాసం కలుగుతూ ఉండేది.

ఒక రోజా ? ఒక నెలా ? ప్రతినిత్యము శ్రవణము కారణముగ అతని మనస్సు ఇస్లాంమతంలో నుండి హిందూ మతంలోకి పూర్తిగా ఆకర్షింపబడినది. ఇంటి కుటుంబము వారికి తాను విన్నకథలను పొందుగా వినిపిస్తూ ఉండేవాడు. కాల క్రమంగా సిద్దడు బ్రహ్మంగారిని మహాత్మా వారు గురూప దేశం చేసి నన్ను పునీతున్ని కావించుమనికొన్నాళ్లుగా ప్రార్థించ పడటం ఆరంభించాడు.

అంత మాత్రంచేతనే శ్రీవిరాట్ పోతులూరి వీర బ్రహ్మేంద్రస్వాములవారు సిద్దనికి వెంటనే ఉపదేశాలు ఇవ్వాలా? ఇదిగో అదిగోఅని కొన్ని సంవత్సరాలుగడుపుతూ వచ్చాడు. రోజులుగడచిన కొద్ది సిద్దడి భక్తి విశ్వాసాలు ఎక్కువ గాజొచ్చినవి. ఇక కాలం గడిపితే నిజమైన భక్తి కలిగిన ఈ సిద్దడుతనకుదక్కేపరిస్థితికూడా కనిపించలా! అంతటి వరకు ఉగ్గబట్టిన శ్రీ విరాట్ పోతులూరి వీరబ్రహ్మంగారికి సిద్దన్ని సిద్ధుడుగాచేసి దక్కించుకోవలె ననే స్థిరనిశ్చయం కలిగినది.

19. ఎ. సిద్దనికి బ్రహ్మముగారు అద్వైత విచారణను వివరించుట.

నేటి దనుక తనుచేయు పరీక్షల కోర్చి ఓపికతో భూదేవివలె సమస్త విషయములను క్షమ క్రమమున ఎంతటి

కష్టమునైననూ లెక్కచేయక పెరవారి మాటలను చెవిని బెట్టక గురువాక్యమునే భగవద్వాక్యముగను, తనజన్మకు తారకముగను భావించుచూ, నేర్పుతో ఆచరణలో పెట్టగలిగిన సిద్ధనికి నేనింతవరకు బోధ చేయకుంటిని నన్నే భగవంతునిగ నెంచిన ఈ శిష్యుని కడ తేర్చుట ఎట్లు ? అని ప్రశ్నించుకొని తానంతట తానుగా ఒకానొకరాత్రి కాలమున వాకిట కావలి వానివలెయున్న సిద్ధయ్యను లోనికి పిలిచి ఒక దివ్యాసనమున తాను సుఖాసీనుడై శిష్యుని ప్రత్యుజ్ఞ్ముఖముగ కూర్చుండబెట్టుకొని ఓయీ సిద్దా! బ్రహ్మమును జూచెదవా! అని అడిగెను.

20. సిద్దని ప్రత్యుత్తరము

మహానుభావా గురూత్తమా ! నన్ను పరీక్షించుచుంటిరా? ఎంతవింత? ప్రత్యక్షముగ బ్రహ్మముగారగు మీరు నిజమైన బ్రహ్మమై యుండ నేనిక ఎచట ఏ బ్రహ్మమును జూతును, నాకింకొక బ్రహ్మ మెక్కడ జూడనున్నాడు. మీ పాదమే నాకు పరబ్రహ్మమని యనగానే, ఇతని శిష్యత్వస్ఫూర్తికి ఆనందపడినవారై శాస్త్రక్రమమున షట్చక్రరూపణ ముపదేశింప నారంభించెను.

21 కక్కడు బ్రహ్మముగారి ఉపదేశమును వినుట

పితృసేవా పరాయణుడైన కక్కడు పగలంతయు గృహకృత్యనివర్తనమునకు గావలసిన ద్రవ్యసంపాదనకు గ్రామ

పెద్దలగు రైతులవద్ద కష్టించి కుటుంబ పోషణముచేయుచు, రాత్రి కాలమున గ్రామరక్షణ యుద్యోగమును సంపాదించినవాడై అర్ధరాత్రివేళ దొంగల గొడవలు జరుగకుండ వీధులన్నింటిని తిరుగుచుండును.

నాటి రాత్రియందు కూడ నదేవిధముగ గ్రామ మొగినయున్న శ్రీవిరాట్ పోతులూరు వీరబ్రహ్మేంద్ర స్వాములవారి యింటి సమీపమునకు వచ్చుచుండ లోపల సందడిగ నుండుట కనిపెట్టెను. ఇటనేమి జరుగుచున్నదో? లోపల గుసగుస లేమైయుండును? దొంగ లెవరైన ప్రవేశించి నారేమో యనుకొని, నిశ్శబ్దముగ మెల్లమెల్లన గోడవద్దగల చిన్న *"సారగూటి" వద్దచేరి గోడకు చెవినాన్చి శబ్దమును వినసాగెను.

22. ఇంటిలోని బోధనల నాలకించుట

సిద్ధయ్య : గురుదేవులకు నమస్కారములు.

బ్రహ్మం : దీర్ఘాయుష్మాన్ భవ.

సిద్ధయ్య : దేవా! తమకు నేటికి నాయందు అనుగ్రహము కలిగినది.

---

*. సారగూడు : స్వర్ణకంత : (గోడకు ఉండునట్టి చిన్నరంధ్రము)

బ్రహ్మం : బిడ్డా! నీ పూర్వజన్మ కర్మఫలం నేటితో పాప శేషం నిర్మిశేషమై, సుకృత ఫలం నిండుగ పండినదోయి.

సిద్దయ్య : ఇది ఇట్లగుటకు మీ కరుణాకటాక్షమే కారణము కాదా!

బ్రహ్మం : నీ మనోభావము నెవరు కాదనగలరు?

సిద్దయ్య : గురుర్బ్రహ్మ గురుర్విష్ణు ర్గురుర్దేవో మహేశ్వరః!
గురుస్సాక్షాత్పరబ్రహ్మ తస్మై శ్రీ గురవేనమః॥
ఇదియే కదా? సకలవేద సారము. ఇంతకంటెను ఘనమైన మంత్రరాజ మింకొండు కలదా స్వామీ?

బ్రహ్మం : చిరకాలమునుండి గురుసేవ జేసినందులకు తగిన సత్సాంప్రదాయ మహాదర్థము నెరింగితివి. ఇక తెలియ వలసినది ఇంచుక మాత్రమే కలదు. దానిని ఇపుడు ఉపదేశించెదను. సావధానముగ వినుము.

సిద్దయ్య : ఈ ఉపదేశము నేమనియెదరు గురుదేవా?

బ్రహ్మం : షట్చక్ర నిరూపణమందురు.

సిద్దయ్య : కృతార్థుడను - ఈచక్రనిరూపణ నాధ్యాత్మిక దృష్టితో తెలియవలెనని ఎంతకాలము నుండియో ఉవ్విళ్ళూరు చుంటిని.

బ్రహ్మం : నీకోర్కె క్షణకాలములో నెరవేర్తును. వినుము.

దీనిని మూలాధారమందురు. మనుష్యుని (దేహి)శరీరము పంచవింశతి తత్వంబులచేతను, దశ నాడులచేతను కప్పబడినదై నేడు కమలములతో కూడియున్నది.

చిదానంద మయమైనట్టియు సర్వావశ్యమును చేకొనునట్టియు, బ్రహ్మాత్మానుభవరూపమైన ఈ భక్తి భావమంతయు వినుము. నేను జూపించబోవు నది నిర్మల మనస్సుచే బరికింపుము. లోకమునందు సూర్యుని కిరణములు మేధ్యాఽమేధ్య వస్తువుల నెన్నిటిని దగిలిననూ ఆకిరణములకు గల పవిత్రత సూర్యునికిగల ప్రకాశమునకు ఏవిధముగా అంటక దివ్యత్వము చేతనే వెలుగొందు చుండునో అదే విధముగ ఘటజలములందు ప్రతిబింబించిన సూర్య కిరణంబులు ఘటజలమునందుండు రంధ్రంబులు, జలమునందుండు కల్మషములనెటులనంటవో తద్విధంబుననే - పరమాత్మకు స్థూల దేహంబునగల దుర్గంధాదుల సూక్ష్మదేహంబున జనించు కామ క్రోధాదులును కారణదేహంబున గల అజ్ఞానము కూడ పరమాత్మకు అంటవు.

సద్గురుసేవజేసి శాస్త్రరహస్యంబులు విచారించువారికి సూక్ష్మ దృష్టిచేత (దీనినే జ్ఞానదృష్టి

యందురు) ఈ దేహమునందే పరమాత్మ దర్శనము అగును. తత్క్రమమును దెలిపెద వినుము.

23. షట్చక్ర నిరూపణము

1. మూలాధారము

గుదస్థానమునందు నాలుగు రేకులు గల్గి పచ్చనయిన వర్ణముగలదై వ, శ, ష, స అను నాలుగు దళములతో గూడుకొని 'న' కారంబు గలదై పృథ్వీనిలయంబై ఘ్రాణా కారణంబై భూమివలెనే నాలుగుకోణంబులు గలిగియుండును. ఆచారలింగము యిచ్ఛాశక్తితో నుండును. 1 ఘ, 40 వి.ఘ. కాలములలో 600 పరమహంస జపము జరుగును. ఈ చక్రమునకు వినాయకు డధినేత.

2. స్వాధిష్ఠానచక్రము

ఆధారచక్రంబునకు రెండు అంగుళములపైన నాఱు రేకులుగలదై మూడు కోణంబులు గల్గి 'మ' కారంబుతో గూడుకొని తెల్లని రంగుతో జలస్థానంబై జిహ్వాకారంబై బ, భ, మ, య, ర, ల యను దళంబులు గలదై పక్షి యాకృతిగానుండును. గురులింగ క్రియాశక్తి. ఈ చక్రమున బ్రహ్మదేవునకు 16 ఘ. 40 వి.ఘ. కాలములో 6000లు పరమహంసల జపము జరుగును.

3. మణిపూరక చక్రము

స్వాధిష్ఠాన చక్రమునకు పైన మూడు అంగుళముల మీద నాభియందు నాడులను చుట్టుకొని మణికాంతివలె ప్రకాశించుచు నీలవర్ణముగలదై 'శి' కారయుక్తమై త, డ. ణ, త, థ, ద, ధ, న, ప, ఫ యను పదిదళంబులు గలదై తేజోని వాసంబై నేత్రకారణంబై పీఠికాకృతిగలిగి యుంకును. దీనికి విష్ణువు అధిష్టానదేవత. శివలింగం జ్ఞానశక్తి అగ్ని ముద్ర,నాగో ర్భవస్థానము 16 ఘ. 40 వి.ఘ. ౬000 పరమహంసలు జపము జరుగును.

4. అనాహత చక్రము

మణిపూరక చక్రంబునకు పది యంగుళములపైన హృదయ స్థానమందు పంద్రెండు దళంబులు గలిగి సువర్ణ చ్ఛాయతో, 'వ' కారముగలదై సమస్తవాక్యంబులకు స్థానమై క, ఖ, గ, ఘ, జ,చ, ఛ, జ, ఝ, ఞ ట, ఠ,యను దళములు గలదై వాయువునకు స్థానమై త్యాగింద్రియకారణంబై లింగా కృతిగలిగి యుండును. దీనికి రుద్రుడు అధిష్టానదేవత. చద రంగము బీజశక్తివాయు ముద్ర నాదప్రకాశినీ స్థానం 16 ఘ. 40 వి. ఘ లలో 6000 పరమహంస జపము జరుగును.

5. విశుద్ధ చక్రము

అనాహత చక్రమునకు పన్నెండు అంగుళములపైన తెల్లని కాంతి గలదై అ, ఆ, ఇ, ఈ, ఉ, ఊ, ఋ, ౠ,

ఞ, ఞా, ఎ, ఐ, ఓ, ఔ, అం, అః, యను పదియారు దళం బులుగలదై చేపవంటి యాకృతిగలదై గగనసదనంబై శ్రోత్ర స్థానంబై కంఠస్థానమందుండును. దీనికి జీవుడు అధిష్ఠాన దేవత. సరస్వతిస్థానం. ప్రసాదలింగం, ఆదిశక్తి, ఆకాశముద్ర, జ్యోతి వర్ణము. 2 ఘ. 48 వి. ఘ. 1000 జపము జరుగును.

6. ఆజ్ఞాచక్రము

విశుద్ధ చక్రంబు మొదలు పన్నెండు అంగుళముల పైన భ్రూమధ్యస్థానమందు. 'హంక్షం' అనురెండు దళంబులు గలదై అంతఃకరణ భవనంబై అగ్నివలె ప్రకాశించుచుండును. దీనికి ఈశ్వరుడు అధిష్టానదేవత. సర్వసృష్టిస్థానము మహా లింగం పరాశక్తి సువర్ణవర్ణం ఆకాశముద్ర 2 ఘ. 46 వి. ఘ. లలో 1000 పరమహంసల జపము జరుగును.

7. సాహస్రారము

విశుద్ధ చక్రంబునకు పైన బ్రహ్మరంధ్రమందు ఉండును. ఆ సహస్రారమందు తేజోమయ రూపమైన సహస్ర దళములతో గూడుకొని 'ఓమ్' అను ప్రణవము వర్ణకంబయి దేదీప్యమానముగ బుద్ధికి నిలయంబై మాయచేత గప్పంబడి సమస్త జగత్తునకు గారణమై యథార్థముగా విచారించిన సృష్టిలేనిదయి సచ్చిదానంద స్వరూపముగలదై యున్నది.

దీనికి అధిష్టాన దేవత శ్రీగురుమూర్తి. ఓంకార లింగం, జ్యోతిర్మయస్థానం సర్వాకర్ష, ప్రణవస్థానం, విమలజ్ఞానముద్ర 2 ఘ. 46 వి. ఘ.లలో 1000 పరమహంస జపము జరుగును. ఈ ఏడు చక్రంబులు దెలిసికొనిన సాక్షీ తానైయున్నది. ఈ చక్రంబుల యందు దిరుగు వాయువు "ప్రాణం" బని చెప్పంబడును. ఈ వాయువు స్థానభేదముచేత పది విధంబులై ప్రకాశించుచున్నది అవి యెవ్వియనిన :- ప్రాణవాయువు, అపానవాయువు, వ్యాసవాయువు, ఉదానవాయువు, సమానవాయువులను నైదు ప్రాణవాయువులున్ను, నాగవాయువు, కూర్మవాయువు, కృకరవాయువు, దేవదత్తవాయువు, ధనంజయ వాయువులును నుపవాయువులైదును గలసి పదివాయువులు. గాంధారి మొదలైననాడులు పదివాయువులందున దిరుగుచుండును. ప్రాణవాయువు కుడిఎడమలందును ఇడాపింగళులను నాడులందు దిరుగుచు క్రిందికి మీదికి నడచుచుండును. ఇడాపింగళు లాధారము మొదలాజ్ఞా చక్రము వరకుండును. మధ్యనున్న సుషుమ్నానాడి యాజ్ఞను దాటి బ్రహ్మరంధ్ర పర్యంతము వ్యాపించి రహస్యమైనదై దేహ మధ్యమందు ప్రధానమై యుండును. ఈ నాడులందు దిరుగుచున్న జీవుడు ప్రాణవాయువువలన నాజ్ఞా చక్రమందు బుట్టిన 'న' కారమున్ను మూలాధారమందు అపానవాయువు వలన బట్టిన 'హ' కారమున్ను కలిపి 'హంస' యనియు, 'సోహం' అనియు

నూర్ధ్వసుధాకుండలులందు వ్యాపించుచున్న ఆత్మమంత్రము నాధారాది షట్చక్రముల కధిష్టాన దేవతలైన గణపతి, బ్రహ్మ విష్ణు, రుద్రుడు, జీవుడు, ఈశ్వరుడు వీనిని గూర్చి ఈఉదయము మొదలు మరునాటి ఉదయము వరకు జపముజేసి యర్పణ జేయుచున్నాడు. అందు గణపతికి 600 లున్ను, బ్రహ్మకు 6000లున్ను, విష్ణువునకు 6000లున్ను, జీవునకు 1000న్ని, ఈశ్వరునకు 1000న్ని, సగుణముగ భగవదర్పణ చేయుచున్నాడు. సహస్రారమందు తేజోమయ రూపమైన 1000 హంసలను శ్రీగురు పరమాత్మ కర్పణ చేయుచున్నాడు. ఇట్లు సగుణ, నిర్గుణ రూపములైన హంసలు 21600. ఈ రహస్యమును జీవుడు కనుగొన లేక శ్రీగురుసేవ చేయక కాశీ, గయ, ప్రయాగ మొదలైన తీర్థయాత్రలకు బోవ ప్రయత్నించి సారూప్యాది ముక్తులను గోరుచు వాని విస్తృతమై కాలమంతయు వ్యర్థముగ గడుపుచుండును. ఇందువలన దేహి ఆడుచున్న బంతివలెనే క్రిందికిమీదికి దిరుగుచూ సుఖదుఃఖంబులకులోనై పుట్టుచు చచ్చుచు నుండును ఆ సహస్రారమే శబ్దరూపమైన వాక్కు. ఆదే పరంజ్యోతి, అదే యూర్ధ్వకుండలి. అదే అమృతమునకు స్థానము. అదే సంయుక్తసృష్టికి కారణము. అది మెఱుపు వలెనే కొంచెము కాలములో గనుపడి అప్పటి కప్పుడే కప్పబడును. ఆసహస్రారమందే అవ్యక్తాది సమస్త సృష్టియున్నది. దానియందు 'తానకు' అనగా సమస్తమును చిద్విలాసమై

యుండును. అప్పుడీ జీవునకు ఏ దోషంబును అంటదు. ఇట్టి మార్గము దెలియలేక అధోకుండలియందుబడి దారా పుత్రాదులు తన్ను రక్షించెదరని వలలో బడిన పిట్టవలెనే ఈ దేహమందున్న అమృతపానమును జేయలేక ఈదేహమే నేననుకొని కొట్టుకొనుచుండును. దీనిలో జీవుడు తనకంటె వేరైన వస్తువు కలదని తన నేర్పుకొలది కర్మభక్తులను జేయుచు కర్మకాండలో మునిగియుండును. అంటుకుండను గంగలోముంచినను ఎట్లు పవిత్రంబుగాదో యటువలెనే యీ దేహమును ఎన్నిసార్లు గంగలో ముంచినను, బాహ్యదృష్టిచే ఎన్నికర్మలు చేసినను మోక్షమురాదు. కనుక ఆధ్యాత్మిక దృష్టితో అంతర్గత జీవాత్మను దర్శించుటయే మోక్ష మార్గము.

24. కక్కయ్య దైవమును ప్రత్యక్షముగ జూడగోరుట

జన్మ జన్మాంతరంబులయం దెన్నియో సుకృత విశేషంబున జేసియున్నగాని దొరుకడు సద్గురువు. అట్టిసద్గురుని సంపూర్ణ ఆధ్యాత్మిక ఉపదేశమును గోడకు చెవియొగ్గి వినిన కక్కయ్య అదృష్టము నేమనవలయును.

తన ఇంటిలో తల్లిదండ్రులకు జేసిన సేవాధర్మము తప్ప ఇతర ధర్మములేవియు ఎరుగని కక్కయ్యకు ఈనాడు ఇంతటి దివ్యమగు ఆధ్యాత్మికబోధ ఎన్నిజన్మముల సుకృత విశేషమై యుండవలయును? మహాత్ములకు కూడా అందని

విషయమీాతనికి అందినది. మహర్షులు ఈ ఆధ్యాత్మిక విషయములనెన్నియో పర్యాయములు వినుచు,అభ్యసించుచూ కూడ నిశ్చయ బుద్ధికి రాజాలరు. అదియే వారి ప్రారబ్ధము.

కక్కని కటులగాక? ఏక మాత్రోపదేశ శ్రవణమాత్రమే పూర్ణమగు మనోనిశ్చయము దైవమునందుకలిగినది. ఇదియే మూఢభక్తి లక్షణము. నా కీనాడే భగవద్దర్శనము కాగలదు. నే నిపుడే ఇంటికిజని, నాభార్య దేహమును కోసి చక్రములు, దేవతలు, ఎచ్చటెచ్చట యేవిధముగ నుండిరో ప్రత్యక్షముగ జూతుననుకొనుచు గృహమునకు వెడలెను.

25. గృహంబున గృహిణి నిద్రించుచుండుట గర్భచ్ఛేదనము

ఈతని మనోధైర్యమునకు తగినట్లు పతివ్రతామతల్లియైన ఈ కక్కని భార్యఅర్ధరాత్రి సమయంబగుటచే ఒడలు తెలియని నిద్రలో నున్నది. కక్కడు ఇదియే మంచి సమయమనియెంచి పదునగు కత్తితో భార్య గర్భకోశము మొదలు కంఠము పర్యంతము కోసి జూచెను.

26. శరీరంబున దేవతలు కనిపించకుండుట

దైవదర్శనావేశంబున ఇట్లు జేసిన కక్కనికి భార్య దేహంబున మాంసకృత్తులేగాని దేవతామూర్తు లెచ్చటను కానరాలేదు.

27. కక్కని దుఃఖావేశము

ఏమి చిత్రము ? సద్గురూపదేశ నిశ్చయ మన స్కుఁడనై, దేహభాగంబున షట్చక్ర దర్శనమును అందుండు దేవతలను దర్శింప నెంచిననాకు రక్తసిక్తమైన మాంసఖండం బులు తప్ప దేవతలే కనిపించకుండిరి. ఇదియేమి అన్యాయము. నాకీ దుర్బుద్ధి ఎందులకు జనించినది. అపర దేవతవలెయున్న నా యిల్లాలును నేడు నేను నాచేతుల మీఁదనే చంపుకొనినవాడ నైతినే. భార్యామరణము స్త్రీహత్యా పాతకము నన్ను వెన్నంటె నా జీవితమంతయు అధఃపతనంబగుసమయ మాసన్న మైన నేనీ నీచకార్యము దలపెట్టితినని బహువిధముల దుఃఖిం చుచూ, కొంతమేరకు కృతనిశ్చయుఁడై పరుగుపరుగున శ్రీ విరాట్ పోతులూరి వీరబ్రహ్మేంద్రస్వాములవారి సన్నిధికి ఏతెంచెను.

28. కక్కని హృదయమున శాస్త్రధిక్కారము

తాను శ్రీమద్విరాట్ పోతులూరి వీరబ్రహ్మేంద్ర స్వాములవారి గృహమువద్దకు వచ్చువరకును అచట లోపల మరల మరల నీ అద్వైతచర్చ జరుగుచునే యున్నది. కాని మరల వినిననూ అదే ఉపదేశము వినిపించుచుండుటచే కక్కని హృదయమునుండి మహాప్రళయమారుత క్షుభిత పుష్కలా

వర్తక వృష్టిభంగి దుఃఖాశ్రువులు రాలుచున్నవి. ఆవేశ పూరితమైన అతని హృదయమునుండి రకరకములగు ప్రశ్న పరంపరలు వచ్చుచున్నవి. నే నెవరిని? నన్ను ఎవరు పిలిచిరి? నా స్వకార్యమును నేను నిర్వర్తించక ఇట్టి పనికిమాలిన పనికి యెందుకు పూనుకుంటిని? గురువులా? గురువులు? దొంగ గురువులు, బూటకపు గురువులు, దేశద్రోహులు, ఏ పాప మెరుగని ప్రజలను లోబరచుకొని, ధనద్రవ్యాపేక్షకై మేము జగద్గురువులమనుచు, ద్రవ్యంబుల నార్జించుచూ, బ్రహ్మము నెరుంగుదుమనుచు, బ్రహ్మవిద్యకు మించినవిద్య లేదనుచు, బ్రహ్మవిద్యపేరిట, పొట్టచేతపట్టుకొనిఇంటింటికి భిక్షాటనంబునకు బోయి ద్రవ్యములనపహరించు ఈ బూటకపు గురువుల నెంత మాత్రము నమ్మరాదు.

నా ప్రాణములో ప్రాణమై బంగరు బొమ్మవలె సకల సౌందర్య శోభితురాలై, కంటికి రెప్పవలె అన్ని గృహ కృత్యములలోనూ నా వెన్నుముకవలె యొప్పియున్న ధర్మ పత్నిని నేడు యీ బూటక నాటక వేషధారియైన బ్రహ్మము మాటనునమ్మి భార్యను వమ్ముచేసి కొంటిని. నేనిప్పు డీతని యెదుటబడి యేమని యడుగుదును? నే నెవడనో వారికి తెలియదుకదా? నీ భార్యనెవరు చంపమనిరయ్యా? అని అడిగినచో ఏమి సమాధానము చెప్పగలను? అని వితర్కించుకొనెను.

29. కక్కయ్య బ్రహ్మముగారి వద్దకుఁబోవుట

ఎట్టకేలకు శ్రీవిరాట్ పోతులూరు వీరబ్రహ్మేంద్ర స్వాములవారి గృహప్రాంగణమునుండి పోతులూరూ! గురుదేవా! అనుచు పెద్దగ కేకవేసెను. ఆధ్యాత్మ చింతనలో యుండినవాడైననూ లోనివారలకు, వారికి, కేక వినబడక పోలేదు. ఈ కేక ఆర్త నాదముతో కూడియున్న దగుటచే, వినుచునే బ్రహ్మముగారు చటుక్కునలేచి నిలబడి ముఖ ద్వారముకడకే తెంచిరి. ఆర్తత్రాణపరాయణులలక్షణమిట్టిదియే కదా? మున్నొకచో మకరేంద్రునిచే పీడింపబడిన గజేంద్రుని ఆర్తినివిని శ్రీమన్నారాయణుం డిటులనేగదా గజేంద్రుని కడకు వేంచేసి రక్షించినాడు.

ధ్యానాసక్తులైన శ్రీ విరాట్ పోతులూరి వీర బ్రహ్మేంద్రస్వాముల వారికి కక్కని కేక హృదయాంతరాళమును కదలించినది. కరుణారసమునిండి కావేరీ ప్రవాహమువలె పొంగినది. ఒరులు విన్నవించకుండగనే ఏదో మహాదాపద ఆసన్నమైనటుల తెలిసినది. ఇటుజూడ ఈ కడజాతివానికీ అర్ధరాత్రమున గల్గిన ఆపదఎట్టిది? ఎందులకింతటి కేకయని హృదయమాందోళితమైనది? అంతర్దృష్టిం జూచిరి.

కడజాతియా? ఏదికడజాతి? ఏది మొదటిజాతి? ఈ జాతి విభేదము లెట్లు కలిగినవను వితర్కము కూడ హృదయమున గోచరించక పోలేదు.

30. శంకరభగవత్పాదులు

పూర్వమొకప్పుడు శ్రీశంకర భగవత్పాదులు కాశీ మహాక్షేత్రములో ప్రాతఃకాలమున గంగాస్నాన జపానుష్ఠానాదులు నిర్వర్తించుకొని మధ్యాహ్నసమయమున శ్రీవిశ్వనాథుని దర్శించు నిమిత్తము భగవదాలయమునకు వచ్చుచున్న తరి శంకరుని శిష్యులు ముందునడచుచుండిరి. మధ్యలో కొంత దూరము వచ్చి పిదప త్రోవమధ్యనుండి ఒక మాదిగవాడు శ్రీశంకరునకు ఎదురైనాడు. ఆ గొంది చాలాచిన్నదగు గొందియగుటచేత శంకరుని శిష్యులు మాదిగవానితో ఓయీ! శ్రీశంకరులిటు వచ్చుచున్నారు. నీవు త్రోవలో అడ్డము రారాదు. వెనుకకు తొలుగుమని యనినారు.

అపుడాతడు స్వాములారా? స్వాములవారు వెళ్ళుటకు నేను తొలగవలసిన పని యేమున్నది. వారటు వెళ్ళుదురు. నేనిటు బోయెద. ఇందు కేల సందేహ? మనెను.

అందులకా భూదేవతలు ఓయీ నీవుకడజాతివాడవు. స్వాములవారా బ్రాహ్మణులు. అందునను యతీశ్వరులు. వారినంటుచూ కొలది ప్రదేశములో నీవెటుల వెళ్ళగలవోయి! అనిరి.

అదివినిచండాలుడు ఓ ఉత్తమోత్తములారా తొలగవలసిన దేది? దేహమా? జీవమా? దేహము తొలగినచో

జీవునకు స్థానమే లేదుకదా ?జీవుడే తొలగుచో దేహము చలింపదు. (నడువదు) కదా ? ఇందేది తొలగ వలసియున్నదో మీా శంకరులను నిశ్చయింపమనుడి ? అని నుడువగనే, శ్రీశంకరుడాతనిప్రశ్న నందుకొని వివిధవ్యాఖ్యానముగల శాస్త్రసూత్రములను పలుకగా, అన్నిటకు నాతడు సరియైన సమాధానముల నిచ్చుచునే యుండెను. వానిని వినిన శంకరుడు ఈతడు చండాలుడుకాడు సాక్షాత్ శ్రీవిశ్వనాథుడేనని నిశ్చయించుకొని అతని పాదములకు మ్రొక్కుచు

"చండాలోస్తు సుతద్విజోస్తు
గురురిత్యేషా మనీషా మమ" అనుచూ

విశ్వనాథుని బహువిధముల సన్నుతించెను. అపుడా కాశీనాథుడు ప్రత్యక్షమై శంకరా ? అభ్యాసమునందుకూడ కలదో లేదోయని చూచుటకై యేతెంచితినేగాని, వేరొకటికాదు. నీ యంతరంగము పరబ్రహ్మ పరిపూర్ణమైనదని తెలిసికొంటిని అనుచూ అంతర్హితుడాయెను.

అలాగుననే నేటి మన శ్రీవిరాట్ పోతులూరి వీరబ్రహ్మేంద్రస్వాములవారు ఈ విషయములోకూడ ఆధ్యాత్మ విచారణా ప్రసంగము బోధనమువరకేనా లేక అనుభవసిద్ధమో తెలియుటకే కక్కనిద్వారా యీాతని సచ్చారిత్రము పవిత్రమగు అంతరాత్మ,భక్తవాత్సల్యత అవగతమగుటకై ఈ పరిణామము వచ్చినది.

కక్కనికేమి బోధ? అనుచుండిరి ఒకవైపున శిష్య వర్గము, ప్రజలుకూడ. ఏకలవ్యునివలె యీతడు బ్రహ్మము గారికి సిద్ధుని కంటెను ముఖ్యమైన శిష్యత్వము నేర్పరచుకొని ప్రాణము పణముగబెట్టి బ్రహ్మముగారి గురుత్వమును లోకము నకు చాటుట బహు విచిత్రముకదా?

ఎవ్వరేమనిననూ ప్రస్తుత స్థితిలో కక్కని రక్షించి కృతార్థుని చేయవలెనేగాని ఉపేక్షించినచో నిక నేమైన యుండునా?

31. బ్రహ్మముగారు కక్కని గృహమునకు వెడలుట

శ్రీవిరాట్ పోతులూరి వీరబ్రహ్మేంద్రస్వాముల వారి ఎవరిమాటల నెంతేని లక్ష్యము చేయలేదు. అతడే జాతి వాడైననూ అతని ఆధ్యాత్మవిద్య పరిపక్వదశకు వచ్చినది కను కనే ఇంతపని జరిగినది. లోకమున ఇట్టిపరీక్ష నెవరేని జేసి యుండిరా? అని తలపోయుచు ఓయి శిష్యా? భయపడకుము. చెడినదేమియును లేదు. ఇదిగో ఇపుడే నీ వెంటవచ్చు చున్నాను. నీవు వినిన ఆధ్యాత్మిక తత్వమంతయును నిశ్చయ మైనదే! ఇందావంత మోసములేదు. నేను నీవనుకొనినట్టుల బూటకపు గురువును కాదు.

శ్రీ వీర బ్రహ్మేంద్ర స్వాములవారు

మాదిగ కక్కయ్య గృహంబునకువచ్చి అతనిభార్యను బ్రతికించుట-
జ్ఞానోపదేశము చేయుట

మనమిక ఒకక్షణమైన నాలస్యముచేయవలదు. అని హెచ్చరించుచు కక్కని గృహమునకు వెడలి, సిద్దా! చూచితివా ఈతడు చేసిన ఘోరకృత్యము. కనులుమూసికొని అంతర్ దృష్ట్యా ఆధారాదులను నిరీక్షించవోయి? అనిన వాక్యమును ప్రత్యక్షముగ జూచుట కింతపని చేసినాడు.అనుచు

32. షట్చక్రములు వివరించి చూపించుట

ఓయీ కక్కా! ఇటురమ్ము. ఇదిగో చూచితివా మూలాధారము. ఇదిగో ఇవియె పద్మమునందలి చతుర్దళములు. వీనియందివియే అక్షరంబులను భావనాశుద్ధితో దర్శించవలెను. ఇతడు గణపతి. ఇదియొక చక్రము.

2. ఇదియే స్వాధిష్ఠానము. ఇంచారు దళంబులు,వీని మధ్యయున్న బ్రహ్మఇదిగో చూడుము.

3. ఇది మణిపూరకచక్రము. ఇందలి దశదళంబులివియె, ఇందుండు విష్ణువితడే, చూచితివా విష్ణుతేజస్సును చక్కగ పరికింపుము.

4. ఇది అనాహతము. ఇందు పండ్రెండు చక్రముల మధ్య రుద్రుడు వెలుగొందుచున్నాడు.

5. ఇది విశుద్ధచక్రమిచటి పదియారు దళంబుల మధ్య జీవుడు దీపశిఖవలె వెలుగొందుచున్నాడు.

6. ద్విదళంబులుగల ఆజ్ఞాచక్రంబిదియె, సూర్య చంద్రాఽభిన్నంబగు పరమాత్మని తేజం బిచట దర్శనమిచ్చు చున్నది.

7. ఇది సహస్రారము. ఇట వేయి దళంబులమధ్య కోటి సూర్యప్రకాశమానుండైన శ్రీసద్గురుమూర్తి గోచరించు చుండెను గదా?

ఇటులసద్గురుమూర్తి తానుస్వయముగ చక్రములను తదధిపతులను చూపింపగనే తన్మయత్వమునందు మునిగిన కక్కయ్య సిద్దయ్యయు బ్రహ్మానంద భరితులైరి. ఒడలెరుంగని మహదానందాంబుధి నోలలాడిరి. కొంతసేపటికి ఉన్మీలిత నేత్రులై సత్ గురుకటాక్షమున నేడు మా జన్మంబులు తరించి నవి. ఇట్టి మహానుభావులేగదా? నిజమైన గురూత్తములు.

33. కక్కయ్య దేవతామూర్తుల దర్శించుట

మీ పరిపూర్ణానుగ్రహముచేత మేమీ చక్రముల యందలి దేవతామూర్తులను దర్శించగలిగితిమి. అని సంతో షాంబుధిలో తేలియాడుచు సద్గురు పాదములపై బడి కక్కయ్య స్వామీ! నేనీ దివ్యదర్శనమును బొందితిని. ఇక అనర్థకంబగు సంసారసాగరంబునబడి ఈదులాడజాలను. నన్నుకూడ మీ కృపాకటాక్షంబున బ్రహ్మైకాత్మ్యాను సంధానుడ నగునటుల జేయుమని ప్రార్థించెను.

అంతట గురుమూర్తియగు శ్రీవిరాట్ పోతులూరి వీరబ్రహ్మేంద్రస్వాములవారు ఓయీ కక్కా! నీవీ దేహంబును వదలినచో నీలోని అంతరాత్మ పరమాత్మలో విలీనంబగునే గాని నీకు నిత్యము బ్రహ్మదర్శనభాగ్యం బెటుల లభించును! కనుక నీకీక్షణముతో సంసారసాగరమునగల సమస్తదుఃఖంబులు నివృత్తి అయినవి. నీకునేటినుండి బాహ్య శరీరంబుకూడ దివ్యశరీరమై వెలుగొందగలదు. నీవు నీధర్మపత్నియు చిరకాలము సుఖమగు భగవద్దర్శనమును ఆధ్యాత్మ వ్యాసంగముల జేసికొని తృప్తులగు చుండుడు.

34. కక్కయ్యభార్యను బ్రతికించుట

ఇదియే నీ భార్యయు ఇప్పుడే నిద్రలేచిన పగిది లేవ గలదు. సందేహపడకుమనుచు కక్కని భార్య శరీరముపై మంత్రాక్షతలు, విభూతిజలంబులు జల్లినంతనే - రామపాద స్పర్శచే రాయిగామారిన గౌతముని భార్యయగు అహల్య యేవిధముగ దివ్యమంగళ విగ్రహముగ ప్రత్యక్షమైనదో అదే విధమున ఇటునుండిఅటు పొల్లుచూ అబ్బ యెంతటి సుఖనిద్ర చెందితిని. నేటి నిద్రలో నాకు దివ్యమంగ స్వరూపులగు త్రిమూర్తులు సద్గురుదేవుని దర్శనమైనది.ఎంతటిజన్మసాఫల్యత. ఏమి ఆనందము. అనుచు పూర్వజన్మార్జిత తపఃఫలంబీనాడు ఫలించినదనుచుఅనంతానంద వారాంబుధినందు తేలియాడినది.

ఇంతలో అటయున్న సద్గురుమూర్తి దర్శనము ప్రత్య క్షముగ కనిపించినది. మహాత్మా నా అంతరంగమున గనిపించిన మీరిటు ప్రత్యక్షదర్శన మిచ్చితిరే ఏమి నా అదృష్టము.

అల్పజాతి వారమైన మా గృహమునకు మీ రే కారణమున వచ్చితిరోగాని మా గృహమంతయు పరమపావన మైనది. మా జన్మలే తరించినవనుచు ప్రార్థించుచుండ శ్రీ విరాట్ పోతులూరు వీరబ్రహ్మేంద్రస్వాములవారు

35. కక్కయ్యభార్యను ఆశీర్వదించుట

తల్లీ! నీ సుకృత విశేషము మిక్కిలి కొనియాడ దగి నది. నీవంటి పతివ్రతామణులీ లోకము నెంతయో కొలదిగ మాత్రమే యుండగలరు. నీవు మిగులగుణశాలివి.మహాసాధ్వివి. కులముతో పనియేమి. సద్గుణమే ప్రధానము. మహాపుణ్యవతి వగుటచే మరల పునర్జన్మ మీదేహముతోడనే యేర్పడినది. నీకును నీ కుటుంబమునకును సర్వమంగళములు కలుగుగాక ! యనుచు ఆశీర్వదించెను.

36. కక్కని ఆశీర్వదించుట

కక్కనివైపు దిరిగి నాయనా ? కక్కా ! నీవునాకు పరమ భక్తుడవు. ఇక పిమ్మట మీ దంపతులుభయులు మా సాన్నిధ్యమున కనిపించుచుండుడు. మీకు సకలైశ్వర్యములు

కూడ నేటితో సిద్ధింపగల వనుచుండగనే- కక్కడు భార్యతో సహా శ్రీవిరాట్ పోతులూరి వీరబ్రహ్మేంద్రస్వాములవారికి ప్రదక్షిణ నమస్కారంబు లర్పించి దేవా! ఈ శరీరంబులు మాయావజ్జీవకాలను మీపాదపద్మములయందుపరమభక్తితో నుండగలవారమనుచూ శ్రీ విరాట్ పోతులూరి వీర బ్రహ్మేంద్రస్వాములవారిని సాగనంపి వారానంద భరితులైరి.

37. జీవయాత్ర ముగింపు

ఈ విధముగ శ్రీవిరాట్ పోతులూరి వీరబ్రహ్మేంద్ర స్వాములవారి పరిపూర్ణానుగ్రహమును బొందిన కక్కని దంపతులు, సద్గురుసేవల నొనర్చుచూ తమ యావజ్జీవితము శ్రీ బ్రహ్మముగారికి దాసానదాసులగుచు కృతకృత్యులై జీవితాంత మున శ్రీస్వాములవారి మఠసామీప్యమునందె జీవయాత్ర ముగించిరి. కక్కడుకూడ గురువుగారివలె శిష్యపరంపరను అపరిమితముగ సంపాదించినందున కక్కని భక్తవర్గము వారందరును శ్రీవిరాట్ పోతులూరి వీరబ్రహ్మేంద్రస్వాములవారి మఠ సమీపమునందే యొక హరిజన దేవళమునిర్మించి అందు కక్కని దంపతుల కానందరూపమగు పూజాధ్యానాదుల వారి మఠాను

సారము జరుపుచున్నవారైరి. కాలక్రమమున నేడు ఆ కక్కని దేవళము అనంతవైభవములతో విరాజిల్లుచున్నది. శ్రీవిరాట్ పోతులూరి వీరబ్రహ్మేంద్రస్వాములవారి మఠమునకు వెళ్ళిన భక్తులందరును కక్కని దివ్యరూపము దర్శించకుండ పోజాలరు. అట్టి విశిష్టమహిమతో కక్కని ఆలయము నేటికిని నెలకొని యున్నది.

శ్రీ కక్కయ్యస్వాములవారి మఠం చరిత్ర
కందిమల్లయపల్లె

కడప జిల్లా బద్వేలు తాలూకా కందిమల్లాయపల్లె గ్రామంలో వెలసియుండు శ్రీ విరాట్ పోతులూరి వీర బ్రహ్మేంద్ర స్వాములవారి జీవసమాధికి తూర్పుదిశలో పోలే రమ్మ గుడికి పోవుదారిలో 1 ఫర్లాంగు దూరములో హరి జనులచే ఆరాధ్యదైవముగా పూజింపబడుచున్న శ్రీకక్కయ్య స్వాములవారి మఠం కలదు.

ఇందులో శ్రీ కక్కయ్య కక్కమ్మ సమాధులు నెల కొని యున్నవి శిథిలావస్థలోయున్న ఈ సమాధులు కట్టిం చిన భక్తులు గుంటూరుజిల్లా సత్తెనపల్లి తాలూకా వడ్డెపల్లె గ్రామ కాపురస్తులు కె. పుల్లయ్య. మరియు ఈ సమాధులకు చిన్నగుడిని నిర్మాణము చేసిన ప్రొద్దుటూరు తాలూకా పోట్ల దుర్తి వాస్తవ్యులు నాగులగాండ్ల మునెయ్య, నరసింహులు, వెంగటయ్యగారలు యెంతో ప్రశంసింపదగిన భక్తులు.

1951 నుండి ఈ మఠంలో పూజారిగాఉంటూ, భిక్షాట నతో పూజాకైంకర్యములు నడిపిన శ్రీ పసల వీరదాసుగారిని మేమెంతో అభినందిస్తున్నాము. పురాతనంగా నిర్మింపబడిన

ఈ సమాధులు శ్రీ కక్కయ్య, కక్కమ్మగార్లకు కలిపి ఒక గర్భగుడియు, ఒక మండపం నిర్మాణం చేయాలన్న మా సంకల్పమునకు అనుగుణంగా ముందుకువచ్చి విరాళముల సేకరణకు తోడ్పడి యెక్కువలో యెక్కువ మొత్తములు సంపాదించి యిచ్చిన మద్రాసు రాంనగర్ వాస్తవ్యులు శ్రీ ఉసూరుపాటి కొండయ్య వారి సాధుబృందములోని అనుచరులకు మేమెంతో ఋణపడి యున్నాము.

బ్రహ్మంగారి మఠమునకు విచ్చేసిన భక్తులు కక్కయ్య మఠం సందర్శించిగాని బయటకుపోరు. ప్రతి నిత్యము శ్రీ కక్కయ్య మఠంలో పూజలు జరుగుచున్నవి. బ్రహ్మంగారిమఠంలో బ్రహ్మంగారికి, ముడమాల సిద్ధయ్యగారిమఠంలో సిద్దయ్యకు గుళ్లు, గోపురాలు ఆస్తిపాస్తులు కలిగియున్నవి. కాని కక్కయ్యకు అలాంటి వసతులు లేవు. ఈ కక్కయ్యగారు ఆది ఆంధ్ర అరుంధతీయ మాదిగ కులమునకు చెందినవారు కాబట్టి అలాంటి వసతులకు నోచుకొనలేకపోయినారు.

పురాతనంగా నిర్మింపబడిన ఈ మఠానికి హిందూ దేవాదాయ ధర్మాదాయశాఖ టెంపుల్ ఆక్టు 17/1966 సెక్షన్ 38 రూల్సు రిజిష్టరు చేయబడియున్నది. ఈ మఠమునకు ట్రస్టుబోర్డు అపాయింట్‌మెంట్ కూడ జరిగినది. శిధిలావస్థలో యున్న కక్కయ్య మఠానికి గర్భగుడియు, ఒక మండపం నిర్మాణము చేయాలని మేము అనేకమార్లు ప్రభుత్వానికి దర

ఖాస్తులు చేసియున్నాము. మా విన్నపాన్ని మన్నించిన ప్రభుత్వం మఠం నిర్మాణమునకు అయ్యే ఎస్టిమేషన్ కు అయ్యే మొత్తములో 1/5 భాగం మ్యాచింగ్ గ్రాంటుక్రింద ప్రజల విరాళములద్వారా బ్యాంకిలో జమకట్టమని ఆదేశించియున్నారు.

సాధుబృందం మరియు ఇతర భక్తాదులతో సంప్రదించి ఇంతవరకు రూ. 20002-66 లు విరాళములు సేకరించి బ్యాంకిలో జమకట్టబడినది. ఈ మఠం నిర్మాణము కొరకు ప్రభుత్వమువారు రు. 1,22,000/-లు ఎస్టిమేషన్ పాస్ టెక్నికల్ శాంక్షన్ ఆర్డరుకూడ ఇచ్చియున్నారు. ఈమేరకు 1/5 భాగం మ్యాచింగ్ గ్రాంటు రు. 24400-00 లు బ్యాంకిలో చెల్లించాలని కమీషనర్ ఎండోమెంట్ డిపార్టుమెంట్, ఎ. పి. హైదరాబాదువారి ఆర్. సి. నెం. - పి. 1/36091/83 తేది 10-10-83 ప్రకారం ఆదేశించియున్నారు.

విరాళములకు విజ్ఞప్తి

మహాశయా !

ఈ భగవత్ కార్యక్రమంలో భక్తాదులు, ధర్మదాతలు మీకు తోచిన విధముగా సహకరించవలసినదిగా కోరుచున్నాము. రూ. 116-00 లు పైబడి చెల్లించిన

భక్తుల, ధర్మదాతలపేర్లు మఠంలో కంచురాతిపై సువర్ణా క్షరములతో లిఖింపబడి శాశ్వతముగా ఉంచబడునని విన్న వించుకొనుచున్నాము.

బి. చెన్నప్ప,
చైర్మన్, ట్రస్టుబోర్డు,
15-1-84. శ్రీ కక్కయ్య మఠం HSO
బద్వేలు (తాలూకా)
కడప (జిల్లా)

శ్రీ శ్రీ కక్కయ్యస్వాములవారి మఠం పునరుద్ధరణ గురించి నాలో ఆలోచనలు మొదలిడినవి. అప్పటి శ్రీ వీర బ్రహ్మేంద్రీయ స్వాములవారిమఠం పీఠాధిపతి శ్రీ శ్రీనివాస స్వాములవారితో సంప్రదించిన అనంతరము శ్రీ సిద్ధయ్యగారి మఠం భక్తులలో ఒకరైన శ్రీ యస్. ఖాదర్‌వల్లి కవిగారికి మనవి చేసుకొనగా వారి ఆధ్వర్యములో 5-6-1967 సంవత్స రములో శ్రీ కక్కయ్య స్వాములవారి మఠం అభివృద్ధి కమిటీని యేర్పాటు చేయడమైనది. అందులోని పాలకవర్గాలు దిగువ చూపించడమైనది.

1. పాలకవర్గము : 5-6-1967 మొదలు 4-6-1970 సం॥ వరకు

బద్వేలు

1. బి. చెన్నప్ప, ప్రెసిడెంటు, శాస్త్రినగర్.
2. యస్. ఖాదర్‌వల్లి, వైస్ ప్రెసిడెంటు, దూదేకులపాళెం.

3. యం. దేవదాస్, ప్రధానకార్యదర్శి, చల్లగరిగల.
4. యస్. స్వామిదాస్, సహాయకార్యదర్శి, మల్లెపల్లె.
5. కొరిగం తిమ్మయ్య, కార్యవర్గసభ్యుడు, జంగమరాచుపల్లె.
6. యస్. నారయ్య, ,, నరసన్నపల్లె.
7. యన్. లాజరస్, ,, కందిమల్లాయపల్లె.
8. కొడవటికంటి పెద్దరామయ్య ,, కె. పాపిరెడ్డిపల్లె.
9. కొర్రు చెన్నయ్య ,, బి. గుంతపల్లె.

2. పాలకవర్గము: 5-6-1970 మొదలు 4-6-1973 వరకు

బద్వేలు

1. యల్. డి. కానిస్టెంటులై, ప్రెసిడెంటు, రెడ్డయ్యామఠంవీధి
2. బి. చెన్నప్ప, ప్రధానకార్యదర్శి, శాస్త్రినగర్.
3. యం. దేవదాస్, సహాయకార్యదర్శి, చల్లగరిగల.
4. కొర్రు చెన్నయ్య, కమిటీమెంబర్, బి. గుంతపల్లె.
5. యన్. నారయ్య, ,, బి. నరసన్నపల్లె.

3. పాలకవర్గము : 5-6-1973 మొదలు 4-6-1977 వరకు.

బద్వేలు

1. యల్. డి. కానిస్టెంటులై, ప్రెసిడెంటు, రెడ్డయ్యామఠంవీధి.
2. బి. చెన్నప్ప, ప్రధానకార్యదర్శి, సుమిత్రానగర్.

3. యం. దేవదాస్, సహాయకార్యదర్శి, చల్లగరిగల.
4. కొర్రు చెన్నయ్య, కమిటీమెంబర్, బి. గుంతపల్లె.
5. యస్. నారయ్య, ,, నరసన్నపల్లె.

పై కమిటీ కార్యక్రమము వివరాలు గుర్తించి కడప జిల్లా దేవాదాయ, ధర్మాదాయశాఖ అసిస్టెంట్ కమీషన్ వారు పరిశీలించి ఎండోమెంట్ ఆక్టు 17/1966 సెక్షన్ 38 ప్రకారం ఈ మఠం రిజిష్టరు చేయబడి, ట్రస్టుబోర్డును నియమించడమైనది.

1 వ ట్రస్టుబోర్డు పాలకవర్గము :
4-1-1977 మొదలు 4-1-1980- వరకు

1. బి. చెన్నప్ప, చైర్మన్, ట్రస్టి
2. బి. రంగన్న, ధర్మకర్త
3. బి. రామయ్య, ,,
4. యస్. నారయ్య, ,,
5. యస్. రాజయ్య, ,,

2 వ ట్రస్టుబోర్డు పాలకవర్గము :
5-1-1980 మొదలు 4-3-1983 వరకు

1. బి. చెన్నప్ప, చైర్మన్ ట్రస్టి
2. బి. రంగన్న, ధర్మకర్త

3. బి. రామయ్య ,,
4. యస్. ఓబులేసు ,,
5. యస్. రాజయ్య ,,

3 వ ట్రస్టుబోర్డు పాలకవర్గము :
5—1-1983 మొదలు 4-1-1986 వరకు

1. బి. చెన్నప్ప, ఛైర్మన్ ట్రస్టి
2. బి. రంగన్న ధర్మకర్త
3. బి. రామయ్య ,,
4. యస్. ఓబులేసు ,,
5. యస్. రాజయ్య ,,

పై తెలిపిన ట్రస్టుబోర్డు ఆధ్వర్యములో శ్రీ కక్కయ్య స్వాములవారి మఠం నిర్మాణమునకు అగు ఎస్టిమేషన్‌కు అగు మొత్తంలో 1/5 భాగం మ్యాచింగ్ గ్రాంటుక్రింద దేవస్థానమునకు ప్రజలనుండి విరాళాలు సేకరించుటకు జిల్లాస్థాయిలో ఒక సబ్‌కమిటీ నిర్మాణము చేయబడినది. ఈ సబ్‌కమిటీకి ఈ దిగువ కనుపరచిన పాలకవర్గాన్ని యెన్నుకొనడమైనది.

సబ్‌కమిటీ కార్యవర్గము

1. ఉసూరిపాటి కొండయ్యసాధు, ప్రెసిడెంటు, మద్రాసు
2. బి. చెన్నప్ప, ప్రధానకార్యదర్శి, బద్వేలు (తా)

3. టి. గంగన్న, సహాయకార్యదర్శి, కడప (తా)
4. పి. పాలయ్య, కార్యవర్గసభ్యుడు, సిద్దవటం (తా)
5. దాసరి సాధుసుబ్బన్న, కార్యవర్గసభ్యులు, ప్రొద్దుటూరు

శ్రీ కక్కయ్య స్వాములవారి గర్భగుడి ముఖమంటపం నిర్మాణము చేయుటకు రూ. 1,22,000-00లు ఎస్టిమేషన్ ప్రభుత్వమువారిచే మంజూరు చేయబడియున్నది. ఈ మొత్తములో 1/5 భాగం రూ. 24,400-00 లు ప్రజల విరాళముల ద్వారా మ్యాచింగ్‌గ్రాంటు క్రింద కొంతభాగము వసూలు చేయబడినది. ఆ మొత్తము శ్రీ కక్కయ్య స్వాములవారి పేరుతో స్టేట్ బ్యాంకు బద్వేలులో జమకట్టబడినది. ఇంకా కొంత వసూలు చేయవలసి యున్నది. ఈ మొత్తము పూర్తి కాగానే వర్కింగ్ ఆర్డరు తీసుకొని కట్టడముల కుపక్రమింప బడును.

ఇట్లు
బి. చెన్నప్ప,
చైర్మన్, ట్రస్టుబోర్డు,
శ్రీ కక్కయ్యస్వాములవారి మఠం,
కందిమల్లాయపల్లె,
బద్వేలు తాలూకా,
కడప జిల్లా.

శ్రీ కక్కయ్యస్వాములవారి మఠం,

గర్భగుడి, ముఖమండపము నిర్మాణముకొరకు

భూరివిరాళము లొసంగిన దాతలు.

1. శ్రీ ఉసూరుపాటి కొండయ్యగారిద్వారా
   సాధుబృందము, రాంనగర్, మద్రాసు రు. 15,000-00
2. శ్రీ ఆర్. సుబ్బరాయుడుగుప్తగారు,
   లక్ష్మీపాలెం, బద్వేలు తా॥ 1116-00
3. శ్రీ ఆర్. పెంచలయ్యగారు,
   శాకర్లవారివీధి, నెల్లూరు 1116-00
4. శ్రీ బి. చెన్నప్పగారు, శ్రీకక్కయ్యమఠం,
   ట్రస్టు చైర్మన్, బద్వేలు తా॥ 516 00
5. శ్రీ వై. తిమ్మరాజుగారు,
   శాస్త్రీనగర్, బద్వేలు తా॥ 516-00
6. శ్రీ పి. మునిరామకృష్ణయ్యగారు, తిరుపతి 516-00
7. శ్రీ పెద్దినేని కొండయ్యగారు,
   సుమిత్రానగర్, బద్వేలు తా॥ 516-00
8. శ్రీ బి. నాగిరెడ్డిగారు, టీచరు,
   జాండ్లవరం, ప్రొద్దుటూరు తా॥ 116-00
9. శ్రీ పి. పాలయ్యగారు,
   సమితి ప్రెసిడెంటు, సిద్దవటం 116-00

10. శ్రీ సి. వీరన్నగారు,

      క్లర్కు, జడ్. పి. ఆఫీసు, కడప   116_00

11. శ్రీ కె. సి. సంజీవయ్యగారు,

      వార్డను, బద్వేలు   116_00

ఇట్లు

బి. చెన్నప్ప,

చైర్మన్, ట్రస్టుబోర్డు,

శ్రీ కక్కయ్యస్వాములవారి మఠం,

కందిమల్లాయపల్లె,

బద్వేలు తాలూకా,

కడప జిల్లా.

✽ ✽ ✽

అనుబంధము

ఫోటోలలోనున్నవారు

శ్రీ బి. చెన్నప్పగారు, బద్వేలు.

శ్రీ ఆచార్య పూజ్య వినోబాభావేగారి కడపజిల్లా పాదయాత్రలో కార్యక్రమాలు నిర్వహించిన హరిజన ప్రముఖులు. హరిజనాభివృద్ధికి నిరంతరం పాటుపడుచున్న దీక్షాపరుడు. హరిజనులకు అన్నిరంగములలోను న్యాయం చేకూర్చుటకు పాటుపడుచున్న సేవాపరుడు. స్వచ్ఛంద సంస్థలతో సంబంధము గలవారు. సర్వోదయ, భూదాన, గ్రామదాన కార్యక్రమములతో సంబంధము గలవారు.

శ్రీ కసూరిపాటి కొండయ్యసాధుగారు రాంనగర్, మద్రాసు.

వీరు, వారి శిష్య బృందము, విరాళములు సేకరించి తోడ్పడిన ప్రముఖులు. శ్రీ కక్కయ్యగారి భక్తాగ్రేసరులు. శ్రీ కక్కయ్య దేవాలయ నిర్మాణమునకు తోడ్పడుచున్న దీక్షాపరులు.

శ్రీ ఆర్. సుబ్బరాయుడుగుప్తగారు, లక్ష్మిపాళెం, బద్వేలు.

వీరు సంఘసేవకులు. భూదాన, గ్రామదాన, మద్యపాన నిషేధం, హరిజనాభివృద్ధి, వికలాంగులు, కుష్ఠురోగుల సహాయ కార్యక్రమములలో పాల్గొనినవారు. స్వచ్ఛంద సంస్థలతో సంబంధముగలవారు.

దైవ కార్యక్రమములకు తోడ్పడుచుండువారు.

శ్రీ వీరబ్రహ్మేంద్రమిషన్ వారిచే ప్రచురింపబడిన గ్రంథములు

1. శ్రీ కాలజ్ఞానచంద్రిక. రు. 8-00
2. శ్రీ బ్రహ్మంగారి సంక్షిప్త జీవితచరిత్ర. 2-00
3. బ్రహ్మంగారి కాలజ్ఞాన అద్భుత మహిమలు. 10-00
4. శ్రీ వీరబ్రహ్మేంద్రరక్షా స్తోత్రం. అమూల్యము
5. శ్రీ కక్కయ్య జీవితచరిత్ర. 4-00

అచ్చులోనున్నవి

1. శ్రీ విరాట్ పోతులూరి వీరబ్రహ్మేంద్రస్వామి అవతారము అందలి రహస్యములు.
2. శ్రీ రంగనాథ మహిమారహస్యము. (కాలజ్ఞానము నుండి)
3. శ్రీ బ్రహ్మంగారి ఆనందాశ్రమ బోధామృతమ్.

ప్రతులకు :-

మే నే జ రు

శ్రీవీరబ్రహ్మేంద్రమిషన్

ఆనందాశ్రమం (పోస్టు)

(వయా) మైదుకూరు, కడపజిల్లా.

శ్రీకక్కయ్య దేవాలయనిర్మాణమునకు రు. 15,000/-లు విరాళములు
నొసంగిన వారు

శ్రీ ఉసూరిపాటి కొండయ్యసాధుగారు
రాంనగర్, మద్రాసు.

శ్రీ కక్కయ్య దేవాలయనిర్మాణమునకు రు. 1116/-లు విరాళ
మొసగిన దాత

శ్రీ ఆర్. సుబ్బారాయుడుగుప్తగారు, లక్ష్మిపాళెం, బద్వేలు.

శ్రీ కక్కయ్య దేవాలయ నిర్మాణమునకు రు. 516/-లు విరాళ
మొసగిన దాత.

శ్రీ బి. చెన్నప్పగారు

శ్రీ కక్కయ్య మఠం ట్రస్టుబోర్డు చైర్మన్‌గా వుండి శ్రీ కక్కయ్య దేవాలయనిర్మాణమునకు పూనుకొని శ్రద్ధగా కార్యక్రమం నిర్వహించు చున్నవారు.

www.ingramcontent.com/pod-product-compliance
Lightning Source LLC
LaVergne TN
LVHW020007230825
819400LV00033B/1050
* 9 7 8 1 0 2 1 3 1 7 5 7 5 *